Cuốn sách dạy nấu ăn phù hợp nhất

AF745052

Nâng cao trải nghiệm trước trận đấu của bạn với 100 công thức nấu ăn hấp dẫn và mẹo chiến thắng

Lệ Linh

MỤC LỤC

GIỚI THIỆU

Chào mừng bạn đến với Cuốn sách dạy nấu ăn phù hợp nhất ! Cuốn sách dạy nấu ăn này là hướng dẫn tất cả trong một giúp bạn thành thạo nghệ thuật nấu ăn phù hợp và biến những buổi tụ tập trước trận đấu của bạn thành những bữa tiệc khó quên. Cho dù bạn là một thợ may dày dạn kinh nghiệm hay một người mới muốn tham gia vào sự phấn khích, hãy sẵn sàng đưa trải nghiệm ngày thi đấu của bạn lên một cấp độ hoàn toàn mới.

Trong cuốn sách dạy nấu ăn này, chúng tôi đã tuyển chọn một bộ sưu tập các công thức làm hài lòng đám đông sẽ tiếp thêm năng lượng cho tinh thần và thỏa mãn vị giác của bạn. Từ những món ăn thoải mái cổ điển như bánh mì kẹp thịt ngon ngọt và cánh liếm ngón tay cho đến những cách biến tấu sáng tạo trong những món yêu thích trong ngày thi đấu, chúng tôi đã hỗ trợ bạn. Chuẩn bị để làm lóa mắt những người hâm mộ của bạn bằng những món ăn hấp dẫn, dễ làm, vận chuyển và thưởng thức trong bãi đậu xe của sân vận động.

Nhưng cuốn sách dạy nấu ăn này không chỉ nói về các công thức nấu ăn. Chúng tôi cũng sẽ chia sẻ các mẹo và thủ thuật giành chiến thắng để thiết lập bữa tiệc cổng sau cuối cùng, từ các thiết bị cần thiết và mẹo tổ chức cho đến các hoạt động trong ngày trò chơi sẽ giúp mọi người giải trí. Cho dù bạn đang theo dõi trận đấu bóng đá, buổi hòa nhạc hay bất kỳ sự kiện nào khác, mục tiêu của chúng tôi là làm cho trải nghiệm trước trận đấu của bạn trở nên đáng nhớ, ngon miệng và đầy tình bạn.

Hãy sẵn sàng để tạo ra mức chênh lệch chiến thắng giúp bạn trở thành MVP của mọi bữa tiệc sau cổng. Hãy để cuộc chơi bắt đầu!

1. Cánh gà nướng

Thành phần:

- 2 lbs cánh gà
- 1/2 chén sốt BBQ
- 1/4 cốc mật ong
- 1/4 chén nước tương
- 2 tép tỏi, băm nhỏ
- 1 muỗng cà phê gừng xay
- Muối và hạt tiêu cho vừa ăn

Hướng dẫn:

a) Trong một cái bát nhỏ, trộn sốt BBQ, mật ong, nước tương, tỏi, gừng, muối và hạt tiêu.

b) Đặt cánh gà vào một túi nhựa lớn có thể khóa lại và đổ nước xốt lên trên chúng. Niêm phong túi và quăng để phủ cánh.

c) Ướp trong tủ lạnh ít nhất 2 giờ hoặc qua đêm để có kết quả tốt nhất.

d) Làm nóng lò nướng ở nhiệt độ trung bình cao. Loại bỏ cánh khỏi nước ướp và loại bỏ nước ướp còn lại.

e) Nướng cánh trong khoảng 15-20 phút, thỉnh thoảng trở mặt cho đến khi chúng chín và giòn.

f) Ăn nóng với nước chấm yêu thích của bạn.

2. gà nhúng trâu

Thành phần:

- 2 chén gà nấu chín xé nhỏ
- 8 oz pho mát kem, làm mềm
- 1/2 chén nước sốt nóng
- 1/2 chén sốt trang trại
- 1 chén phô mai cheddar bào nhỏ
- 1/4 chén vụn phô mai xanh (tùy chọn)
- Tortilla chip hoặc que cần tây, để phục vụ

Hướng dẫn:

a) Làm nóng lò ở 350°F.

b) Trong một bát trộn lớn, kết hợp thịt gà xé nhỏ, pho mát kem, nước sốt nóng và sốt ranch. Khuấy cho đến khi kết hợp tốt.

c) Phết hỗn hợp vào đĩa nướng 9 inch và rắc phô mai cheddar cắt nhỏ và phô mai xanh vụn (nếu sử dụng).

d) Nướng trong 20-25 phút, hoặc cho đến khi nóng và sủi bọt.

e) Ăn nóng với bánh tortilla hoặc que cần tây.

3. Thuốc phiện ớt jalapeno

Thành phần:

- 12 quả ớt jalapeño, cắt đôi theo chiều dọc và bỏ hạt
- 8 oz pho mát kem, làm mềm
- 1/2 chén phô mai cheddar bào nhỏ
- 1/4 chén phô mai Parmesan bào
- 1/4 muỗng cà phê bột tỏi
- 1/4 muỗng cà phê bột hành
- Muối và hạt tiêu cho vừa ăn
- 12 lát thịt xông khói, giảm một nửa

Hướng dẫn:

a) Làm nóng lò ở 400°F.

b) Trong một bát trộn, kết hợp pho mát kem, pho mát cheddar, pho mát Parmesan, bột tỏi, bột hành, muối và hạt tiêu. Trộn cho đến khi kết hợp tốt.

c) Thìa trộn đều hỗn hợp phô mai vào các nửa jalapeño.

d) Bọc mỗi nửa jalapeño bằng một lát thịt xông khói và cố định bằng tăm.

e) Đặt poppers jalapeño lên khay nướng và nướng trong 20-25 phút hoặc cho đến khi thịt xông khói giòn và phần nhân nóng và sủi bọt.

f) Phục vụ nóng.

4. Kiềm Baba Ganoush

Khẩu phần: 4

Thời gian chuẩn bị: 30 phút

THÀNH PHẦN :

- 1 quả cà tím lớn
- Một nắm mùi tây
- 1-2 tép tỏi
- Nước cốt của 2 quả chanh
- 2 muỗng canh tahini
- Muối và hạt tiêu đen để hương vị

HƯỚNG DẪN :

a) Làm nóng lò nướng ở nhiệt độ trung bình cao và nấu toàn bộ cà tím trong khoảng nửa giờ.

b) Cắt thành từng miếng và dùng thìa cạo sạch phần bên trong, sau đó cho phần thịt vào rây lọc.

c) Xay đến khi mịn.

5. Bí xanh và đậu xanh Hummus

Khẩu phần: 4
Thời gian chuẩn bị: 30 phút

THÀNH PHẦN :

- 1 hộp đậu xanh, để ráo nước và rửa sạch
- 1 tép tỏi, băm nhỏ
- 1 bí xanh, xắt nhỏ
- Rau mùi tây xắt nhỏ
- húng quế xắt nhỏ
- Muối Himalaya hoặc muối biển
- Hạt tiêu vừa mới nghiền
- 4 muỗng canh dầu ô liu
- Một vắt nước cốt chanh tươi

HƯỚNG DẪN :

a) Pha trộn mọi thứ.

6. Lemony Chickpea và Tahini Hummus

Khẩu phần: 2
Thời gian chuẩn bị: 10 phút

THÀNH PHẦN :

- Nước cốt chanh từ 1/2 quả chanh
- 1 lon đậu gà khô ngâm nước
- 1 tép tỏi
- 1 muỗng canh tahini
- 1 muỗng canh dầu ô liu

HƯỚNG DẪN :

a) Trộn tất cả mọi thứ cho đến khi mịn.

7. Món khai vị đậu gà sốt tỏi

Khẩu phần: 2
Thời gian chuẩn bị: 10 phút

THÀNH PHẦN :

- 2 tép tỏi
- 1 lon đậu xanh
- 1 muỗng canh Tahini
- Nước cốt chanh từ 1 quả chanh
- 1 muỗng canh dầu ô liu

HƯỚNG DẪN :

a) Trong một bát trộn, trộn tất cả các thành phần.

8. Bí Ngô Cay & Kem Phô Mai

Tổng thời gian chuẩn bị: 5 phút
Khẩu phần: 4 đến 6 khẩu phần

THÀNH PHẦN

- 8 ounce kem pho mát
- 15 ounce bí ngô đóng hộp không đường
- 1 thìa cà phê quế
- 1/4 muỗng cà phê hạt tiêu
- 1/4 muỗng cà phê hạt nhục đậu khấu
- 10 quả hồ đào, đập vỡ

HƯỚNG DẪN

a) Đánh kem phô mai và bí ngô đóng hộp với nhau trong máy trộn cho đến khi có dạng kem.
b) Khuấy quế, tiêu, nhục đậu khấu và hồ đào cho đến khi kết hợp hoàn toàn. Trước khi phục vụ, làm lạnh trong một giờ trong tủ lạnh.

DINH DƯỠNG: Calo 227| Chất béo 19g (4g bão hòa) | Cholesterone 0mg| Natri 275mg| Carbohydrate 12g| Chất Xơ 6g| Đạm 4g.

9. Sốt kem phô mai và mật ong

Tổng thời gian chuẩn bị: 5 phút
Khẩu phần: 2 khẩu phần

THÀNH PHẦN

a) 2 ounce kem phô mai
b) 2 thìa mật ong
c) 1/4 cốc nước cam ép
d) 1/2 muỗng cà phê bột quế

HƯỚNG DẪN

a) Trộn tất cả mọi thứ cho đến khi mịn.

DINH DƯỠNG: Calo 160| Chất béo 8g (2g bão hòa) | Cholesterone 0mg| Natri 136mg| Carbohydrate 22g| Chất xơ 0g| Đạm 1g.

10. Guacamole kiềm có vị tỏi

Tổng thời gian chuẩn bị: 10 phút
Khẩu phần: 6 khẩu phần

THÀNH PHẦN

- 2 quả bơ, đọ sức
- 1 quả cà chua, bỏ hạt và thái nhỏ
- 1/2 muỗng canh nước cốt chanh tươi
- 1/2 củ hành vàng nhỏ, thái nhỏ
- 2 tép tỏi, ép
- 1/4 muỗng cà phê muối biển
- chút tiêu
- Lá ngò tươi thái nhỏ

HƯỚNG DẪN

a) Sử dụng máy nghiền khoai tây, nghiền bơ trong một cái bát nhỏ.
b) Phục vụ ngay sau khi trộn các THÀNH PHẦN bổ sung vào bơ nghiền.

DINH DƯỠNG: Calo 97| Chất béo 8g (2g bão hòa) | Cholesterone 0mg| Natri 97mg| Carbohydrate 6g| Chất Xơ 5g| Đạm 1g.

11. Salsa Jalapeño kiềm

Tổng thời gian chuẩn bị: 10 phút
Khẩu phần: 4 khẩu phần

THÀNH PHẦN

- 4 quả cà chua vừa, bóc vỏ và thái hạt lựu
- 1/4 chén hành tím xắt nhỏ
- Hạt tiêu Jalapeño, bỏ hạt và thái nhỏ
- 1 muỗng canh dầu ô liu ép lạnh
- 1 muỗng cà phê muối biển
- 1 muỗng cà phê thì là
- 1 muỗng cà phê tỏi băm
- Rau mùi tây sạch

HƯỚNG DẪN

a) Trộn tất cả các thành phần.

DINH DƯỠNG: Calo 73| Fat 4g (1g bão hòa) | Cholesterone 0mg| Natri 582mg| Carbohydrate 9g| Chất Xơ 1g| Đạm 1g.

12. nụ hôn trái tim trứng cá muối

Thành phần:

- 1 quả dưa chuột, rửa sạch và tỉa
- 1/3 chén kem chua
- 1 ts Thì là khô
- Hạt tiêu đen mới xay để nếm
- 1 hũ trứng cá hồi đỏ
- nhánh thì là tươi
- 8 lát mỏng bánh mì nguyên cám
- Bơ hoặc bơ thực vật

Hướng:

a) Cắt dưa chuột thành những viên tròn 1/4 inch.

b) Trong một bát nhỏ, kết hợp kem chua, thì là khô và hạt tiêu. Đặt một muỗng cà phê hỗn hợp kem chua trên mỗi lát dưa chuột. Trang trí mỗi món với khoảng 1/2 thìa cà phê trứng cá muối và một nhánh thì là.

c) Cắt lát bánh mì bằng khuôn cắt bánh quy hình trái tim. Bánh mì nướng và bơ. Đặt các lát dưa chuột vào giữa đĩa phục vụ và bao quanh bằng trái tim bánh mì nướng.

13. Burrito cắn

Thành phần:

- 1 lon cà chua thái hạt lựu
- 1 cái ly cơm ăn liền
- ⅓ cốc Nước
- 1 quả ớt xanh, thái hạt lựu
- 2 Hành lá, thái lát
- 2 tách Phô mai cheddar cắt nhỏ, chia
- 1 lon Đậu chiên kiểu trang trại (16 oz)
- 10 Bánh bột mì (6-7")
- 1 cái ly điệu Salsa

Hướng:

a) Làm nóng lò ở 350'F. Xịt một đĩa nướng 9x12" với PAM; đặt sang một bên.
b) Trong một cái chảo vừa, trộn gạo và nước; đun sôi.
c) Giảm nhiệt, đậy nắp và đun nhỏ lửa trong 1 phút. Tắt bếp và để yên trong 5 phút hoặc cho đến khi tất cả chất lỏng được hấp thụ. Khuấy hạt tiêu, hành tây và 1 chén pho mát.
d) Rải khoảng 3 muỗng canh đậu lên mỗi bánh tortilla trong vòng $\frac{1}{8}$" tính từ mép. Lớp hỗn hợp cơm lên trên đậu; cuộn lại. Đặt mặt có đường may úp xuống trong đĩa nướng đã chuẩn bị; đậy bằng giấy bạc.
e) Nướng trong lò làm nóng trước 25 phút hoặc cho đến khi nóng. Cắt bánh tortillas thành 4 miếng và đặt lên đĩa. Top với salsa và pho mát . Top với salsa và pho mát. Quay trở lại lò nướng và nướng 5 phút hoặc cho đến khi phô mai tan chảy.

14. cắn hạt gà

Thành phần:

- 1 cái ly Canh gà
- $\frac{1}{2}$ cốc Bơ
- 1 cái ly Bột mì
- 1 muỗng canh Mùi tây
- 2 thìa cà phê Muối tinh
- 2 thìa cà phê Sốt Worrouershire
- 34 muỗng cà phê Hạt cần tây
- $\frac{1}{2}$ thìa cà phê Ớt cựa gà
- $\frac{1}{8}$ muỗng cà phê Cayenne
- 4 quả trứng lớn
- 2 Ức gà luộc, lột da
- $\frac{1}{4}$ cốc Hạnh nhân nướng

Hướng:

15. Làm nóng lò ở 400 độ. Trong một cái chảo nặng, kết hợp nước dùng và bơ, đun sôi. Đánh đều bột mì và gia vị.
16. Nấu, khuấy nhanh, cho đến khi hỗn hợp rời khỏi thành chảo và tạo thành một khối mịn, nhỏ gọn. Loại bỏ nhiệt. Thêm từng quả trứng vào, đánh đều cho đến khi hỗn hợp bóng. Khuấy thịt gà và hạnh nhân.
17. Thả từng thìa cà phê tròn lên tấm nướng đã được bôi mỡ. Nướng trong 15 phút. Đóng băng sau khi nướng.

15. <u>ngón tay gà trâu</u>

Thành phần:

- 2 chén bột hạnh nhân
- 1 muỗng cà phê muối
- 1 muỗng cà phê tiêu đen
- 1 muỗng cà phê mùi tây khô
- 2 quả trứng lớn
- 2 muỗng canh nước cốt dừa đóng hộp đầy đủ chất béo
- 2 pound thịt gà
- 1 1/2 chén sốt Frank's Red- hot Buffalo

Hướng:

a) Làm nóng lò ở 350°F.

b) Kết hợp bột hạnh nhân, muối, hạt tiêu và rau mùi tây trong một bát vừa và đặt sang một bên.

c) Đánh trứng và nước cốt dừa với nhau trong một bát vừa riêng biệt.

d) Nhúng từng miếng thịt gà mềm vào hỗn hợp trứng rồi phủ đều với hỗn hợp bột hạnh nhân. Sắp xếp các miếng thầu đã tráng thành một lớp duy nhất trên khay nướng.

e) Nướng 30 phút, lật một lần trong khi nấu. Lấy ra khỏi lò và để nguội 5 phút.

f) Cho thịt gà vào tô lớn và thêm nước sốt trâu. Quăng để phủ hoàn toàn.

16. Bánh mì thịt nướng xốp

Thành phần:

- 1 pound thịt bò xay
- 1 chén rau bina xắt nhỏ
- 1 quả trứng lớn, đánh nhẹ
- 1/2 chén phô mai mozzarella bào nhỏ
- 1/4 chén phô mai Parmesan bào
- 1/4 chén hành vàng xắt nhỏ
- 2 muỗng canh hạt tiêu jalapeño hạt và băm nhỏ

Hướng:

a) Làm nóng lò ở 350°F. Bôi nhẹ từng giếng của hộp bánh nướng xốp.

b) Kết hợp tất cả các thành phần trong bát lớn và sử dụng tay của bạn để trộn.

c) Múc một phần hỗn hợp thịt bằng nhau vào từng hộp bánh nướng xốp và ấn nhẹ xuống. Nướng 45 phút hoặc cho đến khi nhiệt độ bên trong đạt 165°F.

17. Thịt xông khói bơ cắn

Thành phần:

- 2 quả bơ lớn, bóc vỏ và rỗ
- 8 lát thịt xông khói không thêm đường
- 1/2 thìa cafe muối tỏi

Hướng:

a) Làm nóng lò ở nhiệt độ 425°F. Lót một tờ cookie bằng giấy da.

b) Cắt mỗi quả bơ thành 8 lát có kích thước bằng nhau, tổng cộng là 16 lát.

c) Cắt từng miếng thịt xông khói làm đôi. Quấn nửa lát thịt xông khói quanh mỗi miếng bơ. Rắc muối tỏi.

d) Đặt quả bơ trên tấm cookie và nướng 15 phút. Bật lò nướng ở chế độ nướng và tiếp tục nấu thêm 2-3 phút nữa cho đến khi thịt xông khói trở nên giòn.

18. **miếng bánh pizza**

Thành phần:

- 24 lát pepperoni không đường
- 1/2 chén sốt marinara
- 1/2 chén phô mai mozzarella bào nhỏ

Hướng:

A) BẬT LÒ NƯỚNG THỊT.

B) LÓT MỘT TẤM NƯỚNG BẰNG GIẤY DA VÀ XẾP CÁC LÁT PEPPERONI THÀNH MỘT LỚP.

C) CHO 1 THÌA CÀ PHÊ NƯỚC SỐT MARINARA LÊN TỪNG LÁT XÚC XÍCH VÀ DÙNG THÌA DÀN ĐỀU. THÊM 1 MUỖNG CÀ PHÊ PHÔ MAI MOZZARELLA LÊN TRÊN MARINARA.

D) ĐẶT KHAY NƯỚNG VÀO LÒ NƯỚNG VÀ NƯỚNG TRONG 3 PHÚT HOẶC CHO ĐẾN KHI PHÔ MAI TAN CHẢY VÀ CÓ MÀU HƠI NÂU.

E) LẤY RA KHỎI KHAY NƯỚNG VÀ CHUYỂN SANG KHAY NƯỚNG CÓ LÓT KHĂN GIẤY ĐỂ THẤM DẦU MỠ THỪA.

19. Thịt xông khói và hành lá cắn

Thành phần:

- 1/3 chén bột hạnh nhân
- 1 muỗng canh bơ không ướp muối, tan chảy
- 1 (8-ounce) gói phô mai kem, để mềm ở nhiệt độ phòng
- 1 muỗng canh mỡ thịt xông khói
- 1 trứng lớn
- 4 lát thịt xông khói không thêm đường, nấu chín, để nguội và cắt thành miếng nhỏ
- 1 củ hành lá lớn, chỉ ngọn, thái lát mỏng
- 1 tép tỏi, băm nhỏ
- 1/8 muỗng cà phê tiêu đen

Hướng:

A) LÀM NÓNG LÒ Ở NHIỆT ĐỘ 325°F.

B) TRONG MỘT BÁT TRỘN NHỎ, KẾT HỢP BỘT HẠNH NHÂN VÀ BƠ.

C) XẾP 6 CỐC CỦA HỘP BÁNH NƯỚNG XỐP CÓ KÍCH THƯỚC TIÊU CHUẨN VỚI LỚP LÓT BÁNH NƯỚNG NHỎ. CHIA ĐỀU HỖN HỢP BỘT HẠNH NHÂN GIỮA CÁC CỐC VÀ ẤN NHẸ VÀO ĐÁY BẰNG MẶT SAU CỦA THÌA CÀ PHÊ. NƯỚNG TRONG LÒ 10 PHÚT, SAU ĐÓ LẤY RA.

D) TRONG KHI LỚP VỎ ĐANG NƯỚNG, TRỘN KỸ PHÔ MAI KEM VÀ MỠ THỊT XÔNG KHÓI TRONG MỘT BÁT TRỘN VỪA BẰNG MÁY TRỘN CẦM TAY. THÊM TRỨNG VÀ TRỘN CHO ĐẾN KHI KẾT HỢP.

E) DÙNG THÌA TRỘN THỊT XÔNG KHÓI, HÀNH TÂY, TỎI VÀ HẠT TIÊU VÀO HỖN HỢP KEM PHÔ MAI.

F) CHIA HỖN HỢP VÀO CÁC CỐC, QUAY TRỞ LẠI LÒ NƯỚNG VÀ NƯỚNG THÊM 30-35 PHÚT NỮA CHO ĐẾN KHI PHO MÁT ĐÔNG LẠI. CÁC CẠNH CÓ THỂ HƠI NÂU. ĐỂ KIỂM TRA ĐỘ CHÍN, CẮM TĂM VÀO GIỮA. NẾU THẤY SẠCH LÀ BÁNH ĐÃ CHÍN.

G) ĐỂ NGUỘI 5 PHÚT VÀ PHỤC VỤ.

20. Thịt gà bọc thịt xông khói

Thành phần:

- 3/4 pound ức gà không xương, không da, cắt thành khối 1 inch
- 1/2 muỗng cà phê muối
- 1/2 muỗng cà phê tiêu đen
- 5 lát thịt xông khói không thêm đường

Hướng:

A) LÀM NÓNG LÒ Ở NHIỆT ĐỘ 375°F.

B) QUĂNG GÀ VỚI MUỐI VÀ HẠT TIÊU.

C) CẮT MỖI LÁT THỊT XÔNG KHÓI THÀNH 3 MIẾNG VÀ BỌC TỪNG MIẾNG THỊT GÀ TRONG MIẾNG THỊT XÔNG KHÓI. CỐ ĐỊNH BẰNG TĂM.

D) ĐẶT GÀ ĐÃ BỌC LÊN VỈ NƯỚNG VÀ NƯỚNG TRONG 30 PHÚT, LẬT MẶT GIỮA CHỪNG KHI NẤU. BẬT LÒ NƯỚNG VÀ NƯỚNG TRONG 3-4 PHÚT HOẶC CHO ĐẾN KHI THỊT XÔNG KHÓI GIÒN.

21. Thịt xông khói-hàu cắn

Thành phần:

- 8 LÁT THỊT XÔNG KHÓI
- ½ CỐC HERBED GIA VỊ NHỒI
- 1 LON (5-OZ) HÀU; BĂM NHỎ
- ¼ CỐC NƯỚC

Hướng:

A) LÀM NÓNG LÒ Ở 350Ø. CẮT LÁT THỊT XÔNG KHÓI LÀM ĐÔI VÀ NẤU NHẸ. KHÔNG VƯỢT QUÁ.

B) THỊT XÔNG KHÓI PHẢI ĐỦ MỀM ĐỂ CUỘN DỄ DÀNG QUANH QUẢ BÓNG. KẾT HỢP NHỒI, HÀU VÀ NƯỚC.

C) VO TRÒN THÀNH NHỮNG VIÊN VỪA ĂN, KHOẢNG 16 VIÊN.

D) BỌC QUẢ BÓNG TRONG THỊT XÔNG KHÓI. NƯỚNG Ở 350Ø TRONG 25 PHÚT. PHỤC VỤ ẤM ÁP.

22. súp lơ trâu cắn

Thành phần:

- 1 chén bột hạnh nhân
- 1 muỗng cà phê tỏi băm nhỏ
- 1/2 muỗng cà phê mùi tây khô
- 1/2 muỗng cà phê muối
- 1 trứng lớn
- 1 súp lơ đầu lớn, cắt thành những bông hoa vừa ăn
- 1/2 chén nước sốt nóng đỏ của Frank
- 1/4 chén ghee _

Hướng:

A) LÀM NÓNG LÒ Ở 400°F. DÒNG MỘT TẤM NƯỚNG BÁNH BẰNG GIẤY GIẤY DA.

B) CHO BỘT HẠNH NHÂN, TỎI, RAU MÙI TÂY VÀ MUỐI VÀO MỘT TÚI NHỰA LỚN CÓ THỂ BỊT KÍN VÀ LẮC ĐỂ TRỘN ĐỀU.

C) ĐÁNH TRỨNG TRONG MỘT BÁT LỚN. THÊM SÚP LƠ VÀ QUĂNG ĐỂ PHỦ HOÀN TOÀN.

D) CHUYỂN SÚP LƠ SANG TÚI CHỨA ĐẦY HỖN HỢP BỘT HẠNH NHÂN VÀ QUĂNG LÊN ÁO KHOÁC.

E) XẾP SÚP LƠ THÀNH MỘT LỚP TRÊN KHAY NƯỚNG VÀ NƯỚNG TRONG 30 PHÚT HOẶC CHO ĐẾN KHI MỀM VÀ HƠI CHUYỂN SANG MÀU NÂU.

F) TRONG KHI SÚP LƠ ĐANG NƯỚNG, KẾT HỢP NƯỚC SỐT NÓNG VÀ GHEE TRONG MỘT CÁI CHẢO NHỎ TRÊN LỬA NHỎ.

G) KHI SÚP LƠ ĐÃ CHÍN, TRỘN SÚP LƠ VỚI HỖN HỢP NƯỚC SỐT NÓNG TRONG MỘT BÁT TRỘN LỚN VÀ TRỘN ĐỀU.

23. Sô cô la ớt Churros nhỏ

Thành phần:

- 1 ly nước
- 1/2 chén dầu dừa hoặc bơ thuần chay
- 1 chén bột mì
- 1/4 muỗng cà phê muối
- 3 quả trứng đánh tan
- Hỗn hợp đường quế
- 1/2 chén đường1 muỗng canh quế

Hướng:

a) Làm nóng lò trước ở nhiệt độ 400. Cho nước, dầu dừa/bơ và muối vào nồi và đun sôi.
b) Đánh bột, khuấy nhanh cho đến khi hỗn hợp biến thành một quả bóng.
c) Cho trứng vào từ từ từng chút một, trộn liên tục để trứng không bị vón cục.
d) Để bột nguội một chút rồi chuyển sang túi bắt kem.
e) Vuốt churros dài 3 inch thành hàng trên khay nướng đã bôi mỡ của bạn.
f) Nướng trong lò 10 phút ở 400 độ rồi nướng ở nhiệt độ cao trong 1-2 phút cho đến khi churros của bạn có màu vàng nâu.
g) Trong khi đó, trộn đều quế và đường trong một đĩa nhỏ.
h) Sau khi churros ra khỏi lò, lăn chúng vào hỗn hợp quế và đường cho đến khi được phủ hoàn toàn. Để qua một bên.

24. Bouillabaisse cǎn

Thành phần:

- 24 con vừa Tôm -- bóc vỏ và
- có rãnh
- 24 con vừa Sò biển
- 2 chén nước sốt cà chua
- 1 lon nghêu bằm (6-1/2 oz)
- 1 muỗng canh Pernod
- 20 Mililit
- 1 lá nguyệt quế
- 1 muỗng cà phê húng quế
- ½ muỗng cà phê muối
- ½ muỗng cà phê tiêu xay tươi
- Tỏi, băm nhỏ
- Nghệ tây

Hướng:

a) Xiên tôm và sò điệp vào xiên tre 8 inch, mỗi xiên dùng 1 con tôm và 1 sò điệp; quấn đuôi tôm quanh sò điệp.

b) Trộn nước sốt cà chua, nghêu, Pernod, tỏi, lá nguyệt quế, húng quế, muối, hạt tiêu và nghệ tây với nhau trong chảo. Đun sôi hỗn hợp.

c) Xếp xiên cá vào đĩa nướng nông.

d) Rưới sốt lên xiên. Nướng, không đậy nắp, ở 350 độ trong 25 phút. làm cho 24

25. cốc súp lơ

Thành phần:

- 1 1/2 chén cơm súp lơ
- 1/4 chén hành tây thái hạt lựu
- 1/2 chén pho mát hạt tiêu jack
- 1/2 muỗng cà phê oregano khô
- 1/2 muỗng cà phê húng quế khô
- 1/2 muỗng cà phê muối
- 1 quả trứng lớn, đánh nhẹ

Hướng:

a) Làm nóng lò ở 350°F.

b) Kết hợp tất cả các thành phần trong một bát trộn lớn và khuấy đều để kết hợp.

c) Múc hỗn hợp vào các lỗ của hộp bánh muffin nhỏ và gói nhẹ.

d) Nướng 30 phút hoặc cho đến khi cốc bắt đầu giòn. Để nguội một chút và lấy ra khỏi hộp thiếc.

26. Cốc Mac và phô mai

Thành phần:

- 8 oz mì ống khuỷu tay
- 2 muỗng canh bơ mặn
- 1/4 muỗng cà phê ớt bột (dùng ớt bột hun khói nếu bạn có)
- 2 muỗng canh bột mì
- 1/2 cốc sữa nguyên chất
- 8 oz phô mai cheddar sắc nét bào
- hẹ hoặc hành lá xắt nhỏ để trang trí
- bơ để bôi trơn chảo

Hướng:

a) Bôi trơn chất chống dính: chảo muffin mini rất tốt với bơ hoặc chất chống dính: bình xịt nấu ăn. Làm nóng lò ở 400 độ F.

b) Đun sôi một nồi nước muối ở nhiệt độ cao, sau đó nấu mì ống trong thời gian ngắn hơn 2 phút so với ghi trên bao bì.

c) Đun chảy bơ và thêm ớt bột. Thêm bột và khuấy hỗn hợp xung quanh trong 2 phút. Trong khi đánh trứng, thêm sữa.

d) Lấy nồi ra khỏi bếp và thêm pho mát và mì ống đã ráo nước, khuấy đều cho đến khi pho mát và nước sốt được phân bổ đều.

e) Chia phần mac và pho mát của bạn vào cốc muffin, bằng thìa hoặc muỗng 3 muỗng canh bánh quy.

f) Nướng cốc mac và phô mai trong 15 phút, cho đến khi sủi bọt và dính.

27. ly bánh quiche Bologna

Thành phần:

- 12 lát bologna
- 2 quả trứng
- $\frac{1}{2}$ chén hỗn hợp bánh quy
- $\frac{1}{2}$ chén Phô mai cắt nhỏ
- $\frac{1}{4}$ chén Gia vị ngâm chua ngọt
- 1 cốc sữa

Hướng:

e) Đặt các lát bologna vào hộp bánh muffin đã được bôi mỡ nhẹ để tạo thành cốc.

f) Trộn các nguyên liệu còn lại với nhau. Đổ vào cốc bologna.

g) Nướng ở (400F) trong 20-25 phút hoặc cho đến khi vàng.

28. Muffin prosciutto cốc

Thành phần:

- 1 lát prosciutto (khoảng 1/2 ounce)
- 1 lòng đỏ trứng vừa
- 3 muỗng canh Brie thái hạt lựu
- 2 muỗng canh phô mai mozzarella thái hạt lựu
- 3 muỗng canh phô mai Parmesan bào

Hướng:

a) Làm nóng lò ở 350°F. Lấy hộp bánh muffin có các lỗ rộng khoảng 2 1/2 " và sâu 1 1/2 " .

b) Gấp lát prosciutto làm đôi để nó gần như hình vuông. Đặt nó trong hộp thiếc muffin để lót nó hoàn toàn.

c) Đặt lòng đỏ trứng vào cốc prosciutto.

d) Nhẹ nhàng thêm phô mai lên trên lòng đỏ trứng mà không làm vỡ.

e) Nướng khoảng 12 phút cho đến khi lòng đỏ chín và ấm nhưng vẫn chảy nước.

f) Để nguội 10 phút trước khi lấy ra khỏi hộp muffin.

29. cốc cải Brussels

Thành phần:

- 12 củ cải Brussels cỡ vừa
- 6 ounce khoai tây vàng Yukon
- 2 muỗng canh Sữa tách béo
- 1 muỗng canh Dầu ô liu
- $\frac{1}{8}$ muỗng cà phê Muối
- 2 ounces cá hồi hun khói, lột da
- 1 Ớt đỏ rang, cắt thành dải 2 inch x 1/8 inch

Hướng:

a) Lò nung nóng đến 350

b) Cắt bỏ cuống, cắt đôi theo chiều dọc, bỏ lõi để lại những chiếc lá màu xanh đậm hơn.

c) Hấp các cốc mầm trong 6 phút hoặc cho đến khi chúng mềm khi đâm bằng dao sắc và vẫn còn màu xanh tươi.

d) Xả ngược trên khăn giấy. Nấu khoai tây cho đến khi mềm, để ráo nước, thêm sữa, dầu ô liu và muối.

e) Đánh bại cho đến khi thẳng. Nhẹ nhàng gấp trong cá hồi. +$\frac{1}{4}$> muỗng vào vỏ và đặt các dải tiêu lên trên.

30. ly vĩnh viễn

Thành phần:

- 1 quả trứng luộc lớn, bóc vỏ
- 2 muỗng canh cá ngừ đóng hộp trong dầu ô liu, để ráo nước
- 2 muỗng canh bột bơ
- 1 muỗng cà phê nước cốt chanh tươi
- 1 muỗng canh sốt mayonaise
- 1/8 muỗng cà phê muối biển
- 1/8 muỗng cà phê tiêu đen
- 4 lá mã đề Bỉ, rửa sạch và phơi khô

Hướng:

a) Trong một bộ xử lý thực phẩm nhỏ, trộn tất cả các thành phần ngoại trừ nội tạng cho đến khi trộn đều.

b) Múc 1 muỗng canh hỗn hợp cá ngừ vào mỗi cốc cuối cùng.

31. ly taco

Thành phần:

- Bột hili , thì là, ớt bột
- Muối , hạt tiêu đen
- 1/4 muỗng cà phê oregano khô
- 1/4 muỗng cà phê ớt đỏ nghiền
- 1/4 muỗng cà phê tỏi băm nhỏ
- 1/4 muỗng cà phê hành tây hạt
- 1 pound thịt bò xay 75% nạc
- 8 (1 ounce) lát phô mai Cheddar sắc nét
- 1/2 chén salsa không thêm đường
- 1/4 chén rau mùi xắt nhỏ
- 3 muỗng canh sốt Frank's Red-hot

Hướng:

a) Làm nóng lò ở nhiệt độ 375°F. Dòng một tấm nướng bánh bằng giấy giấy da.

b) Kết hợp các loại gia vị trong một bát nhỏ và khuấy đều để trộn. Nấu thịt bò xay trong chảo vừa trên lửa vừa và cao. Khi thịt bò gần chín, cho hỗn hợp gia vị vào và khuấy đều để thịt bò ngấm gia vị. Loại bỏ nhiệt và đặt sang một bên.

c) Xếp các lát phô mai Cheddar lên khay nướng đã lót giấy. Nướng trong lò làm nóng trước 5 phút hoặc cho đến khi bắt đầu có màu nâu. Để nguội trong 3 phút, sau đó bóc ra khỏi khay nướng và chuyển từng lát bánh vào miệng hộp thiếc muffin, tạo thành một chiếc cốc. Để nguội.

d) Múc một lượng thịt bằng nhau vào mỗi cốc và phủ 1 thìa sốt salsa lên trên. Rắc hành ngò và nước sốt lên trên.

32. Chén cheddar giăm bông

Thành phần:

- 2 tách bột mì đa dụng
- $\frac{1}{4}$ cốc Đường
- 2 thìa cà phê Bột nở
- 1 muỗng cà phê Muối
- $\frac{1}{4}$ thìa cà phê Hạt tiêu
- 6 quả trứng
- 1 cái ly Sữa
- $\frac{1}{2}$ pound giăm bông nấu chín hoàn toàn; hình khối
- $\frac{1}{2}$ pound phô mai Cheddar; thái hạt lựu hoặc cắt nhỏ
- $\frac{1}{2}$ pound Thịt xông khói thái lát; nấu chín và vỡ vụn
- 1 nhỏ Củ hành; Thái nhỏ

Hướng:

a) Trong bát, kết hợp bột mì, đường, bột nở, muối và hạt tiêu. Đánh trứng và sữa; khuấy thành phần khô cho đến khi trộn đều. Khuấy giăm bông, phô mai, thịt xông khói và hành tây.

b) Đổ đầy ba phần tư cốc bánh muffin đã được bôi mỡ.

c) Nướng ở 350° trong 45 phút . Để nguội trong 10 phút trước khi chuyển sang giá dây.

33. tiệc cocktail tôm

Thành phần:

- 1 bó hành/ hẹ
- $\frac{1}{2}$ bó rau mùi tây lớn
- 2 lon Toàn bộ pimentos
- 2 tép tỏi lớn
- 3 phần dầu salad cho 1 phần
- giấm trắng
- Muối
- Hạt tiêu
- Mù tạt khô
- ớt đỏ
- 5 cân Anh luộc làm sạch vỏ
- Tôm hoặc đông lạnh rã đông

Hướng:

a) Cắt nhỏ rau trong máy xay thực phẩm hoặc máy xay sinh tố. Thêm vào hỗn hợp dầu/dấm. Trộn đều. Nêm nếm gia vị khác cho vừa ăn.

b) Đổ hỗn hợp lên tôm, lật nhiều lần. Làm lạnh ít nhất 24 giờ, thỉnh thoảng trộn. Xả chất lỏng để phục vụ. Ăn kèm với tăm.

34. thit nướng cocktail

Thành phần:

- 8 lớn tôm, nấu chín
- 2 Hành lá, tỉa
- $\frac{1}{2}$ quả ớt chuông đỏ, bỏ hạt, thái sợi mỏng
- 8 quả ô liu chín hoặc xanh nhỏ
- 1 b tép tỏi, nghiền nát
- 2 muỗng canh Nước chanh
- 2 muỗng canh Dầu ô liu
- 1 muỗng cà phê Đường
- 1 muỗng cà phê mù tạt thô
- $\frac{1}{4}$ thìa cà phê kem cải ngựa

Hướng:

a) Loại bỏ đầu và vỏ thân tôm nhưng để lại vỏ đuôi.

b) Rút chỉ lưng tôm bằng cách loại bỏ tủy đen. Cắt mỗi củ hành lá thành 4 bông cúc. Cho tôm, hành lá, ớt chuông và ô liu vào tô.

c) Trộn tỏi, nước cốt chanh, dầu ô liu, đường, mù tạt và cải ngựa.

d) Đổ hỗn hợp lên tôm, đậy nắp và ướp ít nhất 2 giờ, thỉnh thoảng đảo đều. Lấy nguyên liệu ra khỏi nước xốt và xâu đều trên 8 thanh gỗ. Xả trên khăn giấy.

35. Hạt dẻ nước cocktail

Thành phần:

- $8\frac{1}{2}$ ounce Hộp hạt dẻ nước
- Tiết kiệm 1/2 cốc chất lỏng
- $\frac{1}{2}$ cốc Giấm
- 12 lát thịt xông khói, giảm một nửa
- $\frac{1}{4}$ cốc đường nâu
- $\frac{1}{4}$ cốc catup

Hướng:

a) Ướp hạt dẻ trong chất lỏng và giấm trong 1 giờ. Làm khô hạn.

b) Trộn đường nâu và catup; sau đó phết lên thịt xông khói. Cuộn hạt dẻ trong thịt xông khói. Buộc chặt bằng tăm.

c) Nướng cho đến khi thịt xông khói giòn.

36. xúc xích cocktail

Thành phần:

- $\frac{3}{4}$ cốc mù tạt đã chuẩn bị
- 1 cái ly Nho thạch
- 1 pound (8-10) frankfurter xúc xích

Hướng:

a) Trộn mù tạt và thạch nho trong đĩa chafing hoặc nồi hơi đôi.
b) Cắt xúc xích theo đường chéo thành miếng vừa ăn. Thêm vào nước sốt và đun nóng.

37. Cocktail lúa mạch đen khai vị

Thành phần:

- 1 cái ly mayonaise
- 1 cái ly Phô mai cheddar bào nhỏ
- $\frac{1}{2}$ cốc Parmesan cheese
- 1 cái ly hành lá thái lát
- Cocktail bánh mì lúa mạch đen lát

Hướng:

a) Kết hợp mayo, pho mát và hành tây. Quấn khoảng $1\frac{1}{2}$ muỗng canh (hoặc nhiều hơn) lên mỗi lát bánh mì.

b) Đặt lên khay nướng và đặt dưới vỉ nướng cho đến khi sủi bọt, quan sát để đảm bảo chúng không bị cháy.

38. Bacon jalapeño bóng

Thành phần:

- 5 lát thịt xông khói không đường, nấu chín, để dành mỡ
- 1/4 chén cộng với 2 muỗng canh (3 ounce) pho mát kem
- 2 muỗng canh mỡ thịt xông khói
- 1 muỗng cà phê ớt jalapeño bỏ hạt và thái nhỏ
- 1 muỗng canh rau mùi thái nhỏ

Hướng:

1. TRÊN THỚT, CẮT THỊT XÔNG KHÓI THÀNH NHỮNG MIẾNG NHỎ.
2. TRONG MỘT BÁT NHỎ, KẾT HỢP PHÔ MAI KEM, MỠ THỊT XÔNG KHÓI, JALAPEÑO VÀ NGÒ; TRỘN ĐỀU BẰNG NĨA.
3. TẠO HỖN HỢP THÀNH 6 QUẢ BÓNG.
4. ĐẶT MIẾNG THỊT XÔNG KHÓI VỤN LÊN MỘT ĐĨA VỪA VÀ LĂN TỪNG VIÊN QUA ĐỂ PHỦ ĐỀU.
5. PHỤC VỤ NGAY LẬP TỨC HOẶC LÀM LẠNH TỐI ĐA 3 NGÀY.

39. quả bơ prosciutto

Thành phần:

- 1/2 chén hạt mắc ca
- 1/2 quả bơ lớn, bóc vỏ và rỗ (khoảng 4 ounce bột giấy)
- 1 ounce prosciutto nấu chín, vỡ vụn
- 1/4 muỗng cà phê tiêu đen

Hướng:

A) TRONG MỘT BỘ XỬ LÝ THỰC PHẨM NHỎ, XAY HẠT MẮC CA CHO ĐẾN KHI VỠ VỤN ĐỀU. CHIA ĐÔI.

B) TRONG MỘT BÁT NHỎ, KẾT HỢP BƠ, MỘT NỬA HẠT MẮC CA, VỤN PROSCIUTTO VÀ HẠT TIÊU RỒI TRỘN ĐỀU BẰNG NĨA.

C) TẠO HỖN HỢP THÀNH 6 QUẢ BÓNG.

D) ĐẶT CÁC HẠT MẮC CA ĐÃ VỤN CÒN LẠI LÊN MỘT ĐĨA VỪA VÀ LĂN TỪNG VIÊN QUA ĐỂ PHỦ ĐỀU.

E) PHỤC VỤ NGAY LẬP TỨC.

40. <u>bóng nướng</u>

Thành phần:

- 4 ounces (1/2 chén) pho mát kem
- 4 muỗng canh mỡ thịt xông khói
- 1/2 muỗng cà phê hương khói
- 2 giọt stevia glycerite
- 1/8 muỗng cà phê giấm táo
- 1 muỗng canh bột ớt hun khói ngọt

Hướng:

A) TRONG MỘT BỘ XỬ LÝ THỰC PHẨM NHỎ, CHẾ BIẾN TẤT CẢ CÁC THÀNH PHẦN TRỪ BỘT ỚT CHO ĐẾN KHI CHÚNG TẠO THÀNH MỘT LOẠI KEM MỊN, KHOẢNG 30 GIÂY.

B) CẠO HỖN HỢP VÀ CHUYỂN VÀO MỘT CÁI BÁT NHỎ, SAU ĐÓ LÀM LẠNH TRONG 2 GIỜ.

C) TẠO THÀNH 6 QUẢ BÓNG VỚI SỰ TRỢ GIÚP CỦA THÌA.

D) RẮC BỘT ỚT LÊN CÁC VIÊN BỘT, LĂN TRÒN CHO BỘT PHỦ ĐỀU CÁC MẶT.

E) PHỤC VỤ NGAY LẬP TỨC HOẶC LÀM LẠNH TỐI ĐA 3 NGÀY.

41. Bacon phong pancake bóng

Thành phần:

- 5 lát thịt xông khói không thêm đường, nấu chín
- 4 ounces (1/2 chén) pho mát kem
- 1/2 muỗng cà phê hương phong
- 1/4 muỗng cà phê muối
- 3 muỗng canh hồ đào nghiền

Hướng:

A) TRÊN THỚT, CẮT THỊT XÔNG KHÓI THÀNH NHỮNG MIẾNG NHỎ.

B) TRONG MỘT BÁT NHỎ, KẾT HỢP PHO MÁT KEM VÀ THỊT XÔNG KHÓI VỤN VỚI HƯƠNG VỊ PHONG VÀ MUỐI; TRỘN ĐỀU BẰNG NĨA.

C) TẠO HỖN HỢP THÀNH 6 QUẢ BÓNG.

D) ĐẶT NHỮNG QUẢ HỒ ĐÀO ĐÃ NGHIỀN LÊN MỘT ĐĨA VỪA VÀ LĂN TỪNG VIÊN QUA ĐỂ PHỦ ĐỀU.

E) PHỤC VỤ NGAY LẬP TỨC HOẶC LÀM LẠNH TỐI ĐA 3 NGÀY.

42. quả bóng nắng

Thành phần:

- 6 muỗng canh phô mai mascarpone
- 3 muỗng canh bơ hạt hướng dương không thêm đường
- 6 muỗng canh dầu dừa, làm mềm
- 3 muỗng canh dừa vụn không đường

Hướng:

A) TRONG MỘT BÁT VỪA, TRỘN PHÔ MAI MASCARPONE, BƠ HẠT HƯỚNG DƯƠNG VÀ DẦU DỪA CHO ĐẾN KHI TẠO THÀNH MỘT HỖN HỢP MỊN.

B) HÌNH DÁN THÀNH NHỮNG QUẢ BÓNG CỠ QUẢ ÓC CHÓ. NẾU HỖN HỢP QUÁ DÍNH, HÃY CHO VÀO TỦ LẠNH 15 PHÚT TRƯỚC KHI TẠO HÌNH.

C) TRẢI DỪA BÀO SỢI LÊN MỘT ĐĨA VỪA VÀ LĂN TỪNG VIÊN DỪA QUA ĐỂ PHỦ ĐỀU.

43. hành tây cắn Brazil

Thành phần:

- 1 nhỏ Hành tây 1/4 theo chiều dọc
- 6 muỗng xốt Mayonnaise
- Muối và tiêu
- 6 lát bánh mì -- loại bỏ lớp vỏ
- 3 muỗng canh phô mai Parmesan - nạo

Hướng:

a) Làm nóng lò nướng ở nhiệt độ 350. Trộn hành tây với 5 muỗng canh sốt mayonnaise và muối tiêu cho vừa ăn. Để qua một bên. Phết 3 lát bánh mì lên một mặt với số sốt mayonnaise còn lại . Cắt chúng thành các phần tư.

b) Cắt 3 lát bánh mì còn lại thành các phần tư và trải đều từng ô vuông với hỗn hợp hành tây. Trên cùng với các ô bánh mì dành riêng, sốt mayonnaise lên trên. Đặt những thứ này lên một tấm nướng và rắc phô mai parmesan lên trên.

c) Nướng cho đến khi vàng nhẹ và hơi phồng lên, khoảng 15 phút. Phục vụ ngay lập tức.

44. banh pizza

Thành phần:

- 1/4 cốc (2 ounce) phô mai mozzarella tươi
- 2 ounce (1/4 cốc) pho mát kem
- 1 muỗng canh dầu ô liu
- 1 muỗng cà phê bột cà chua
- 6 quả ô liu kalamata lớn, đọ sức
- 12 lá húng quế tươi

Hướng:

A) TRONG MỘT BỘ XỬ LÝ THỰC PHẨM NHỎ, XỬ LÝ TẤT CẢ CÁC THÀNH PHẦN TRỪ HÚNG QUẾ CHO ĐẾN KHI CHÚNG TẠO THÀNH MỘT LOẠI KEM MỊN, KHOẢNG 30 GIÂY.

B) TẠO HỖN HỢP THÀNH 6 QUẢ BÓNG VỚI SỰ TRỢ GIÚP CỦA THÌA.

C) ĐẶT 1 LÁ HÚNG QUẾ LÊN TRÊN VÀ DƯỚI MỖI QUẢ BÓNG VÀ CỐ ĐỊNH BẰNG TĂM.

D) PHỤC VỤ NGAY LẬP TỨC HOẶC LÀM LẠNH TỐI ĐA 3 NGÀY.

45. quả bóng ô liu và feta

Thành phần:

- 2 ounce (1/4 cốc) pho mát kem
- 1/4 cốc (2 ounce) phô mai feta
- 12 quả ô liu kalamata lớn, đọ sức
- 1/8 muỗng cà phê cỏ xạ hương tươi thái nhỏ
- 1/8 muỗng cà phê vỏ chanh tươi

Hướng:

a) Trong một bộ xử lý thực phẩm nhỏ, xử lý tất cả các thành phần cho đến khi chúng tạo thành một khối bột thô, khoảng 30 giây.

b) Cạo hỗn hợp và chuyển vào một cái bát nhỏ, sau đó làm lạnh trong 2 giờ.

c) Tạo thành 6 quả bóng với sự trợ giúp của thìa.

d) Phục vụ ngay lập tức hoặc làm lạnh tối đa 3 ngày.

46. Quả phỉ Brie

Thành phần:

- 1/2 cốc (4 ounce) Brie
- 1/4 chén quả phỉ nướng
- 1/8 muỗng cà phê cỏ xạ hương tươi thái nhỏ

Hướng:

a) Trong một bộ xử lý thực phẩm nhỏ, xử lý tất cả các thành phần cho đến khi chúng tạo thành một khối bột thô, khoảng 30 giây.

b) Cạo hỗn hợp, chuyển vào một cái bát nhỏ và để trong tủ lạnh 2 giờ.

c) Tạo thành 6 quả bóng với sự trợ giúp của thìa.

d) Phục vụ ngay lập tức hoặc làm lạnh tối đa 3 ngày.

47. cá ngừ viên cà ri

Thành phần:

- 1/4 chén cộng với 2 muỗng canh (3 ounces) cá ngừ trong dầu, để ráo nước
- 2 ounce (1/4 cốc) pho mát kem
- 1/4 muỗng cà phê bột cà ri , chia
- 2 muỗng canh hạt mắc ca vụn

Hướng:

a) Trong một máy xay thực phẩm nhỏ, chế biến cá ngừ, pho mát kem và một nửa bột cà ri cho đến khi chúng tạo thành một loại kem mịn, khoảng 30 giây.

b) Tạo hỗn hợp thành 6 quả bóng.

c) Đặt hạt macadamia đã vụn và bột cà ri còn lại vào một đĩa vừa và lăn từng viên qua để phủ đều.

48. bom thịt lợn

Thành phần:

- 8 lát thịt xông khói không thêm đường
- 8 ounce Braunschweiger ở nhiệt độ phòng
- 1/4 chén quả hồ trăn xắt nhỏ
- 6 ounce (3/4 cốc) pho mát kem, để mềm ở nhiệt độ phòng
- 1 muỗng cà phê mù tạt Dijon

Hướng:

a) Nấu thịt xông khói trong chảo vừa trên lửa vừa cho đến khi giòn, 5 phút mỗi bên. Xả trên khăn giấy và để nguội. Sau khi nguội, vỡ vụn thành những miếng có kích thước bằng miếng thịt xông khói.

b) Đặt Braunschweiger cùng với quả hồ trăn vào máy xay thực phẩm nhỏ và xay cho đến khi vừa kết hợp.

c) Trong một bát trộn nhỏ, sử dụng máy xay sinh tố cầm tay để đánh kem phô mai và mù tạt Dijon cho đến khi kết hợp và mịn.

d) Chia hỗn hợp thịt thành 12 phần bằng nhau. Vo thành những viên tròn và phủ một lớp mỏng hỗn hợp kem phô mai.

e) Làm lạnh ít nhất 1 giờ. Khi đã sẵn sàng để phục vụ, đặt các miếng thịt xông khói lên một đĩa vừa, lăn các viên qua để phủ đều và thưởng thức.

f) Bom béo có thể được làm lạnh trong hộp kín tối đa 4 ngày.

49. Caramel măn và bi brie

Thành phần:

- 1/2 cốc (4 ounce) Brie xắt nhỏ
- 1/4 chén hạt mắc ca muối
- 1/2 muỗng cà phê hương caramel

Hướng:

a) Trong một bộ xử lý thực phẩm nhỏ, xử lý tất cả các thành phần cho đến khi chúng tạo thành một khối bột thô, khoảng 30 giây.
b) Tạo hỗn hợp thành 6 quả bóng với sự trợ giúp của thìa.
c) Phục vụ ngay lập tức hoặc làm lạnh tối đa 3 ngày.

50. Thịt viên tiệc cocktail

Thành phần:

- $\frac{1}{4}$ cốc Phô mai không béo
- 2 Lòng trắng trứng
- 2 thìa cà phê nước sốt Worrouershire
- $\frac{1}{2}$ cốc Cộng với 2 muỗng canh vụn bánh mì
- 8 ounce ức gà tây xay
- 6 lạng xúc xích Thổ Nhĩ Kỳ; loại bỏ khỏi vỏ bọc
- 2 muỗng canh Hành băm nhỏ
- 2 muỗng canh ớt xanh băm nhỏ
- $\frac{1}{2}$ cốc Rau mùi tây tươi và lá cần tây

Hướng:

a) Xịt một tờ cookie bằng bình xịt chống dính và đặt sang một bên.

b) Trong một bát lớn, khuấy đều phô mai, lòng trắng trứng, sốt Worrouershire và $\frac{1}{2}$ chén vụn bánh mì. Khuấy ức gà tây, xúc xích gà tây, hành tây và ớt xanh.

c) Định hình hỗn hợp gia cầm thành 32 viên thịt. Trên một tờ giấy sáp, kết hợp rau mùi tây, lá cần tây và 2 muỗng canh vụn bánh mì còn lại. Lăn thịt viên trong hỗn hợp mùi tây cho đến khi phủ đều.

d) Chuyển thịt viên vào tấm cookie đã chuẩn bị. Nướng cách nhiệt từ 3 đến 4 inch trong 10 đến 12 phút .

51. Cocktail phô mai viên

Thành phần:

- 8 ounces phô mai, làm mềm
- $\frac{1}{4}$ cốc Sữa chua nguyên chất không béo
- 4 ounce thái nhỏ phô mai cheddar
- 4 ounce Phô mai Thụy Sĩ ít béo cắt nhỏ
- 2 thìa cà phê Hành tây nghiền
- 2 thìa cà phê cải ngựa chế biến
- 1 muỗng cà phê Dijon Mustard phong cách đồng quê
- $\frac{1}{4}$ chén mùi tây tươi xắt nhỏ

Hướng:

a) Kết hợp phô mai và sữa chua trong một bát trộn lớn; đánh ở tốc độ trung bình của máy trộn điện cho đến khi mịn. Thêm phô mai cheddar và 4 thành phần tiếp theo; khuấy đều. Che và làm lạnh ít nhất 1 giờ.

b) Định hình hỗn hợp phô mai thành một quả bóng và rắc rau mùi tây. Nhấn nhẹ rau mùi tây vào quả bóng phô mai. Bọc quả bóng phô mai trong bọc nhựa nặng và làm lạnh. Phục vụ với các loại bánh quy giòn không ướp muối.

52. Crudites với sự thích thú

Thành phần:

- 2 thìa cà phê Dầu ô liu
- 1 cái ly hành tây thái nhỏ
- 1 muỗng canh Tỏi băm nhỏ
- 1 cái ly Cà chua nghiền đóng hộp
- 1 muỗng cà phê nước cốt chanh tươi
- $\frac{1}{4}$ cốc cà chua phơi nắng
- $\frac{1}{4}$ cốc ô liu xanh bị rỗ; (khoảng 10)
- $\frac{1}{4}$ cốc (đóng gói) lá húng quế tươi
- 4 trái tim atisô đóng hộp lớn
- 2 muỗng canh rau mùi tây tươi xắt nhỏ
- 2 muỗng canh Hạt thông nướng
- các loại rau

Hướng:

a) Đun nóng dầu chống dính vừa: chảo trên lửa vừa. Thêm hành tây và xào cho đến khi bắt đầu mềm, khoảng 3 phút. Thêm tỏi; xào 30 giây. Khuấy cà chua đóng hộp và nước cốt chanh. Đun nhỏ lửa. Loại bỏ nhiệt.

b) Kết hợp cà chua khô và 5 thành phần tiếp theo trong bộ xử lý. Sử dụng lần lượt bật/tắt, chế biến cho đến khi rau củ được thái nhỏ. Chuyển sang bát vừa. Khuấy hỗn hợp cà chua. Nêm với muối và hạt tiêu.

53. Dầu thô xanh và trắng

Thành phần:

54. $\frac{1}{2}$ cốc sữa chua nguyên chất
55. $\frac{1}{2}$ cốc Kem chua
56. $\frac{1}{2}$ cốc mayonaise
57. $1\frac{1}{2}$ thìa cà phê Rượu vinegar trắng; hoặc nếm thử
58. $1\frac{1}{2}$ thìa cà phê mù tạt hạt thô
59. 1 lớn Tép tỏi; băm nhỏ và nghiền
60. 1 muỗng cà phê Hột cây hồi hương; nghiền
61. 2 thìa cà phê Pernod; hoặc nếm thử
62. $1\frac{1}{2}$ muỗng canh Lá ngải cứu thái nhỏ
63. 12 cốc Các loại crudités

Hướng:

a) Trong một cái bát, đánh đều tất cả các nguyên liệu trừ rau thơm với muối và hạt tiêu cho vừa ăn. Ngâm lạnh, đậy nắp, ít nhất 4 giờ và tối đa 4 ngày. Ngay trước khi phục vụ, khuấy trong tarragon và chervil.
b) Sắp xếp crudités một cách trang trí trên đĩa phục vụ nhiều tầng hoặc trong một cái giỏ lớn và dùng kèm với đồ nhúng.

54. Kohlrabi crudites

Thành phần:

- $\frac{1}{2}$ cốc Xì dầu; ánh sáng
- $\frac{1}{2}$ cốc Giấm gạo
- 1 muỗng cà phê Hạt mè; nướng
- 1 muỗng canh Hành lá; băm nhỏ
- 4 cốc Kohlrabi cắt lát; cắt thành khối

Hướng:

a) Kết hợp nước tương, giấm, hạt vừng và hành lá.
b) Phục vụ trong một cái bát được bao quanh bởi những miếng Kohlrabi. Cung cấp gắp để ăn.

55. Remoulade với dầu thực vật

Thành phần:

- $\frac{1}{2}$ cốc Creole hoặc mù tạt nâu
- $\frac{1}{2}$ cốc Dầu ăn
- $\frac{1}{4}$ cốc catup
- $\frac{1}{4}$ cốc giấm táo
- $\frac{1}{4}$ thìa cà phê sốt tiêu
- 2 muỗng canh cần tây thái nhỏ
- 2 muỗng canh hành tây thái nhỏ
- 2 muỗng canh Ớt xanh thái nhỏ
- cà chua cherry
- những lát nấm
- lát dưa chuột
- cần tây lát
- lát cà rốt

Hướng:

a) Kết hợp mù tạt, dầu, catup, giấm, Tabasco và rau xắt nhỏ; đậy nắp và làm lạnh.

b) Ăn kèm với rau sống và thái lát.

56. Bộ xương thô

Thành phần:

- 3 chén Sữa chua ít chất béo
- 1 cái ly mayo
- $\frac{1}{2}$ cốc Mứt đào
- 1 muỗng cà phê nước cam
- $\frac{1}{2}$ thìa cà phê bột cà ri
- $\frac{1}{2}$ thìa cà phê Hạt tiêu.

Thành phần xương

- 1 quả bí xanh cắt làm đôi theo chiều dọc
- 1 quả bí vàng cắt làm đôi
- Cần tây 6 nhánh cắt đôi theo chiều dài
- 1 quả dưa chuột thái thành nêm
- 1 củ cà rốt cắt thành que
- 10 ngón tay cà rốt bé
- 1 quả ớt đỏ cắt thành dải dày 2 inch
- 1 quả ớt vàng cắt thành dải dày 2 inch
- 2 bông cải xanh / 2 bông súp lơ
- 10 hạt tuyết đậu / 2 quả cà chua bi
- 2 nấm / 1 củ cải
- 4 đậu xanh / 2 đậu vàng

Hướng:

a) Khuấy đều 3 cốc sữa chua ít béo, 1 cốc mayo, $\frac{1}{2}$ cốc mứt đào, 1 thìa nước cam, $\frac{1}{2}$ thìa cà phê bột cà ri và $\frac{1}{2}$ thìa cà phê hạt tiêu trong một chiếc bát cỡ đầu lâu hoặc đầu rau diếp đã múc ra. Làm lạnh.

b) lắp ráp khung xương

57. Dầu mùa đông cay

Thành phần:

- 1 củ Hành tím; bóc vỏ thái lát
- 1 quả ớt xanh; gieo hạt và cắt
- 1 quả ớt đỏ hoặc vàng; gieo hạt và cắt
- 1 củ cải; gọt vỏ và thái mỏng
- 2 chén hoa súp lơ
- 2 chén bông cải xanh
- 1 chén cà rốt non; cắt tỉa
- $\frac{1}{2}$ chén củ cải thái lát mỏng
- 2 muỗng canh muối
- $1\frac{1}{2}$ chén dầu ô liu
- 1 củ Hành vàng; bóc vỏ và thái nhỏ; băm nhỏ
- $\frac{1}{8}$ muỗng cà phê Sợi nhụy hoa nghệ tây
- Một nhúm nghệ, thìa là, hạt tiêu đen, ớt bột, ớt cayenne, muối

Hướng:

a) Cho các loại rau củ đã sơ chế vào tô lớn, rắc 2 thìa muối và thêm nước lạnh.

b) Ngày hôm sau, để ráo nước và rửa sạch rau. Chuẩn bị nước xốt bằng cách đun sôi hành tây, gia vị và muối trong dầu ô liu trong 10 phút.

c) Trải rau ra đĩa 9 x 13 inch. Đổ nước xốt nóng lên chúng.

d) Chuyển sang một cái bát trang trí để phục vụ, lạnh hoặc ở nhiệt độ phòng.

58. Đĩa crudites ba màu

Thành phần:

- ¼ cốc Thêm 1T giấm rượu vang đỏ
- 3 muỗng canh mù tạt Dijon
- ½ cốc Thêm 2 T dầu ô liu
- 2 muỗng canh húng quế tươi băm nhỏ HOẶC
- 2 thìa cà phê Húng quế khô
- 2 muỗng canh Hẹ tươi thái nhỏ hoặc
- Hành lá
- 1 muỗng cà phê hương thảo tươi thái nhỏ
- 2 quả dưa chuột lớn, gọt vỏ,
- 2 thìa cà phê Muối
- 2 củ dền lớn, gọt vỏ, nạo
- 2 củ cà rốt lớn, gọt vỏ, nạo
- 2 quả bí xanh lớn, nạo
- 1 bó củ cải, tỉa

Hướng:

a) Đánh giấm và mù tạt Dijon để trộn trong bát nhỏ. Dần dần đánh trong dầu ô liu. Trộn trong húng quế, hẹ và hương thảo. Nêm với muối và hạt tiêu.

b) Cho dưa chuột và 2 muỗng cà phê muối vào tô. Để yên 1 giờ. Rửa sạch và để ráo nước. Đặt dưa chuột vào bát nhỏ; thêm đủ mặc quần áo để áo khoác.

c) Đặt củ cải đường, cà rốt và bí xanh vào bát riêng. Quăng từng loại rau với đủ nước sốt để phủ lên.

59. <u>Xếp rau ra đĩa</u>

Thành phần:

- 1 cái ly Ngô đóng hộp, để ráo nước
- 1 nhỏ Hành lá, xắt nhỏ
- 1 quả ớt xanh, xắt nhỏ
- 1 tép tỏi, băm nhỏ
- 1 cà chua tươi, xắt nhỏ
- $\frac{1}{4}$ cốc Rau mùi tây tươi, xắt nhỏ
- $\frac{1}{4}$ cốc Dầu ôliu siêu nguyên chất
- 2 muỗng canh giấm Balsamic
- muối , hạt tiêu
- 1 Hành lá, xắt nhỏ

Hướng:

A) TRỘN NGÔ VỚI HÀNH TÂY, ỚT XANH, TỎI VÀ CÀ CHUA. TRONG MỘT BÁT HOẶC CỐC NHỎ RIÊNG BIỆT, TRỘN DẦU Ô LIU VÀ GIẤM.

B) ĐỔ RAU, TRỘN VỚI RAU MÙI TÂY; NÊM VỚI MUỐI VÀ HẠT TIÊU. TRANG TRÍ MỖI KHẨU PHẦN VỚI HÀNH LÁ.

60. Guacamole phô mai dê

Phục vụ: 4-6

Thành phần

- 2 quả bơ
- 3 ounce phô mai dê
- niềm say mê từ 2 trái chanh
- nước cốt chanh từ 2 quả chanh
- $\frac{3}{4}$ muỗng cà phê bột tỏi
- $\frac{3}{4}$ muỗng cà phê bột hành
- $\frac{1}{2}$ muỗng cà phê muối
- $\frac{1}{4}$ muỗng cà phê hạt tiêu đỏ (tùy chọn)
- $\frac{1}{4}$ muỗng cà phê tiêu

Hướng:

a) Cho bơ vào máy xay thực phẩm và xay cho đến khi mịn. Thêm phần còn lại của các thành phần và trộn cho đến khi kết hợp.

b) Ăn kèm với khoai tây chiên.

61. Đảng nhúng / lây lan của Bavaria

Năng suất: 1 1/4 pound

Thành phần:

- ½ chén hành tây, băm nhỏ
- 1 cân Braunschweiger
- 3 ounce kem phô mai
- ¼ muỗng cà phê Tiêu đen

Hướng:

a) Xào hành tây trong 8-10 phút, khuấy thường xuyên; dịch chuyển sang nóng và khô hạn. Tháo vỏ khỏi Braunschweiger và trộn thịt với pho mát kem cho đến khi mịn. Trộn hành tây và hạt tiêu.

b) Phục vụ dưới dạng gan phết lên bánh quy giòn, lúa mạch đen cắt lát mỏng hoặc dùng dưới dạng nước chấm kèm theo nhiều loại rau sống tươi như cà rốt, cần tây, bông cải xanh, củ cải, súp lơ trắng hoặc cà chua bi.

62. Bông atisô nướng

Thành phần:

- 1 Ổ bánh mì lúa mạch đen lớn
- 2 muỗng canh Bơ
- 1 bó Hành lá; băm nhỏ
- 6 tép tỏi tươi; băm nhỏ, lên đến 8
- 8 ounce Phô mai kem; ở nhiệt độ phòng.
- 16 ounce Kem chua
- 12 ounces Phô mai cheddar cắt nhỏ
- 1 lon (14 oz.) tim atisô; để ráo cắt làm tư (gói nước không ướp)

Hướng:

a) Cắt một lỗ trên đỉnh ổ bánh mì có đường kính khoảng 5 inch. Loại bỏ bánh mì mềm từ phần cắt và loại bỏ. Dự trữ vỏ bánh để làm mặt trên cho ổ bánh mì.

b) Múc hầu hết phần mềm bên trong của ổ bánh mì và để dành cho các mục đích khác, chẳng hạn như nhồi hoặc làm khô vụn bánh mì. Trong bơ,

c) Xào hành lá và tỏi cho đến khi hành héo. Cắt pho mát kem thành những miếng nhỏ, thêm hành tây, tỏi, kem chua và pho mát cheddar. Trộn đều. Gấp trong tim atisô , Cho tất cả hỗn hợp này vào bánh mì rỗng. Đặt bánh mì lên trên và bọc trong giấy nhôm dày . Nướng trong lò 350 độ trong 1 tiếng rưỡi.

d) Khi đã sẵn sàng, lấy giấy bạc ra và phục vụ, dùng bánh mì lúa mạch đen cocktail để chấm nước sốt.

63. Măng tây và feta canapés

Nguyên liệu

- 20 lát Bánh mì trắng mỏng
- 4 ounce phô mai xanh
- 8 ounce Phô mai kem
- 1 Trứng
- 20 ngọn măng tây đóng hộp ráo nước
- $\frac{1}{2}$ chén bơ tan chảy

Hướng:

a) Cắt lớp vỏ khỏi bánh mì và làm phẳng bằng một chiếc ghim cán. Trộn phô mai và trứng thành một hỗn hợp đồng nhất và phết đều lên từng lát bánh mì. Đặt một ngọn măng tây trên mỗi lát và cuộn lại. Nhúng bơ tan chảy để phủ kỹ. Đặt trên tấm cookie và đóng băng.

b) Khi đông lạnh chắc chắn, cắt thành miếng vừa ăn. (Nếu để đông lạnh cho một ngày trong tương lai, hãy đặt những miếng vừa ăn vào túi cấp đông - không rã đông để nấu) Đặt trên khay nướng bánh quy và nướng ở nhiệt độ 400 F trong 20 phút.

64. Canapé hải sản nướng

Nguyên liệu

- 1 cái ly Hải sản nấu chín, vẩy
- 6 lát bánh mì trắng
- $\frac{1}{4}$ cốc Bơ
- $\frac{1}{4}$ cốc Cheddar hoặc 1/3 chén tương cà hoặc tương ớt
- Phô mai Mỹ, nạo

Hướng:

a) Bánh mì nướng một bên; cắt bỏ lớp vỏ và cắt đôi bánh mì.
b) Bơ chưa nướng các mặt; phủ một lớp hải sản, sau đó là sốt cà chua và phủ pho mát lên trên. Đặt bánh canapé trên khay nướng bên dưới vỉ nướng.
c) Nướng cho đến khi phô mai tan chảy và bánh canapé được làm nóng.
d) Làm 12 món canapé .

65. Caviar canapés và món khai vị

Nguyên liệu

- bánh mì cắt thành hình hoặc Melbas
- salad trứng phết
- một ít trứng cá muối, hành băm nhỏ và chanh
- nước ép
- một con tôm nhỏ để trang trí.
- một vòng hành tây thái lát, sống, nhẹ

Hướng:

a) nhúng lát dưa chuột vào nước sốt kiểu Pháp và đặt bên trong vòng hành tây

b) phủ dưa chuột với một đống trứng cá muối nhỏ được tẩm gia vị nước chanh và hành tây

c) Trang trí với bạch hoa, hẹ hoặc trứng nấu chín.

66. Fromage-chevre canapés

Nguyên liệu

- 10 củ khoai tây đỏ nhỏ, (3/4 pound)
- Xịt nấu rau
- $\frac{1}{4}$ muỗng cà phê muối
- $\frac{1}{4}$ cốc Sữa gầy
- 6 ounce Chevre, (phô mai dê nhẹ)
- 20 lá cuối Bỉ, (3 đầu vừa)
- 10 quả nho đỏ không hạt, giảm một nửa
- 1 muỗng canh trứng cá muối

Hướng:

a) Hấp khoai tây, đậy nắp, 13 phút hoặc cho đến khi mềm; để nguội.
b) Phủ nhẹ khoai tây bằng bình xịt nấu ăn và cắt làm đôi. Cắt và loại bỏ một lát mỏng từ dưới cùng của mỗi nửa củ khoai tây để chúng đứng lên.
c) Rắc nửa củ khoai tây với muối.
d) Kết hợp sữa và phô mai trong một cái bát; khuấy đều.
e) Cho hỗn hợp vào một chiếc túi đựng bánh ngọt có gắn một đầu ngôi sao lớn; ống hỗn hợp lên nửa củ khoai tây và vào lá dai. Trên mỗi lá cuối cùng với một nửa quả nho. Che và làm lạnh, nếu muốn.

67. Canapé nấm thịnh soạn

Nguyên liệu

- $\frac{1}{4}$ chén nấm xắt nhỏ
- $\frac{1}{4}$ chén Phô mai Monterey Jack vụn
- $\frac{1}{4}$ chén sốt Mayonnaise
- 3 lát bánh mì lúa mạch đen
- $1\frac{1}{2}$ muỗng cà phê phô mai Parmesan bào

Hướng:

a) Nướng bánh mì lúa mạch đen và cắt làm đôi.

b) Phủ hỗn hợp nấm-phô mai lên từng nửa và rắc phô mai Parmesan rồi nướng ở nhiệt độ 350 F. trong 15-20 phút hoặc cho đến khi phô mai sủi bọt.

68. Món canapé Rumaki

Nguyên liệu

- $\frac{1}{2}$ cốc Nước
- 1 muỗng cà phê Thịt gà
- 250 gam Gan gà
- 1 muỗng canh Shoyu
- $\frac{1}{2}$ thìa cà phê Bột hành, mù tạt khô
- $\frac{1}{4}$ thìa cà phê nhục đậu khấu
- $\frac{1}{4}$ cốc Sherry khô
- 1 dấu gạch ngang sốt tiêu
- 220 gam Hạt dẻ nước
- 6 thịt xông khói

Hướng:

a) Trong soong 1 lít, kết hợp nước, nước dùng và gan. Nấu ở nhiệt độ cao 4-5 phút cho đến khi không còn màu hồng. Làm khô hạn.

b) Nấu thịt xông khói trên khăn giấy ở nhiệt độ cao trong 5-6 phút cho đến khi giòn. Vỡ vụn và đặt sang một bên.

c) Cho gan, nước tương, hành tây và mù tạt, nhục đậu khấu và rượu sherry vào máy xay thực phẩm. Xay đến khi mịn. Thêm nước sốt hạt tiêu một cách tiết kiệm. Khuấy hạt dẻ nước và thịt xông khói.

d) Trải dày trên bánh mì nướng hình tam giác hoặc bánh quy giòn. Chuẩn bị trước và hâm nóng bằng cách bày ra đĩa có lót giấy. Sử dụng công suất trung bình 1-2 phút cho đến khi nóng qua.

e) Trang trí với lát ô liu hoặc pimento.

69. Bánh mousse cá hồi

Nguyên liệu

- $7\frac{1}{2}$ ounce Cá hồi đỏ đóng hộp, để ráo nước
- 2 ounces Cá hồi hun khói, cắt miếng 1 inch
- $\frac{1}{4}$ thìa cà phê vỏ chanh nạo
- 3 muỗng canh Mayonnaise không béo
- 1 muỗng canh nước cốt chanh tươi
- $\frac{1}{4}$ chén ớt chuông đỏ băm nhỏ
- 2 muỗng canh Hành lá băm nhỏ
- 1 muỗng canh mùi tây tươi băm nhỏ
- 1 chút tiêu xay tươi
- 8 lát bánh mì pumpernickel kiểu tiệc tùng
- 8 lát Bánh mì lúa mạch đen kiểu Đảng
- 4 bánh quy giòn lúa mạch đen, bẻ làm đôi
- $\frac{1}{2}$ chén mầm cỏ linh lăng

Hướng:

a) Loại bỏ da và xương từ cá hồi đóng hộp; vẩy cá hồi bằng nĩa.

b) Đặt lưỡi dao vào cối xay thực phẩm; thêm cá hồi, cá hồi hun khói và 3 thành phần tiếp theo. Xử lý cho đến khi mịn.

c) Đổ ra bát; cho ớt chuông và 3 nguyên liệu tiếp theo vào khuấy đều. Đậy nắp và làm lạnh. Suất: 2 tá món khai vị (khẩu phần: 1 món khai vị).

70. Canapé nhồi rau mầm

Nguyên liệu

- 1 gói canapé hình dạng mong muốn
- 1 chén giá đỗ
- $\frac{1}{2}$ chén hành tây thái nhỏ
- $\frac{1}{2}$ chén cà chua thái nhỏ
- $\frac{1}{4}$ chén rau mùi thái nhỏ
- $\frac{1}{4}$ chén khoai tây luộc thái nhỏ
- $\frac{1}{2}$ quả chanh
- muối để hương vị
- Bột hạt thìa là mới xay
- 4 quả ớt xanh thái nhỏ; (4 đến 5)
- 1 cốc Fine bikaneri sev; (không bắt buộc)
- $\frac{1}{2}$ chén tương ớt me
- $\frac{1}{2}$ chén tương ớt xanh
- Dầu để chiên ngập dầu hoặc lò nướng

Hướng:

a) Chiên chúng cho đến khi có màu nâu nhạt. Xả trên khăn bếp. Làm tất cả các món canapé và để chúng sang một bên.

b) Trộn hành tây, cà chua, khoai tây, một nửa rau mùi, chanh, muối và ớt xanh với nhau. Làm lạnh nó trong một thời gian.

c) Trước khi cho hỗn hợp nhân vào món canapé , hãy cho một chút tương ớt lên trên. Rắc một chút muối và bột thì là (jeera). Trang trí với bảy và rau mùi còn lại.

71. Cá ngừ và dưa chuột cắn

- 2 (5-ounce) hộp cá ngừ đóng gói trong nước, để ráo nước
- 2 quả trứng luộc lớn, bóc vỏ và xắt nhỏ
- 1/2 chén sốt mayonaise
- 1/2 muỗng cà phê muối
- 1/2 muỗng cà phê tiêu đen
- 2 muỗng cà phê phô mai dê
- 1 quả dưa chuột vừa, cắt thành hình tròn

Hướng:

a) Cho cá ngừ vào tô vừa với trứng băm nhỏ, sốt mayonnaise, muối và hạt tiêu. Nghiền bằng nĩa cho đến khi kết hợp.

b) Phết một lượng phô mai dê bằng nhau lên từng lát dưa chuột và phủ hỗn hợp salad cá ngừ lên trên.

72. Salad khai vị củ cải đường

Nguyên liệu

- 2 cân Củ dền
- Muối
- $\frac{1}{2}$ mỗi cái hành Tây Ban Nha, thái hạt lựu
- 4 Cà chua, gọt vỏ, bỏ hạt và thái hạt lựu
- 2 muỗng canh Giấm
- 8 muỗng canh dầu Olive
- ô liu đen
- mỗi một thứ cho 2 cái Tép tỏi, băm nhỏ
- 4 muỗng canh mùi tây Ý, xắt nhỏ
- 4 muỗng canh Rau mùi, xắt nhỏ
- 4 phương tiện Khoai tây luộc
- Muối và tiêu
- Tiêu đỏ cay

Hướng:

a) Cắt bỏ phần cuối của củ cải đường. Rửa sạch và nấu trong nước muối sôi cho đến khi mềm. Xả và loại bỏ da dưới vòi nước lạnh. Xúc xắc.

b) Trộn các thành phần thay đồ với nhau.

c) Kết hợp củ cải trong bát salad với hành tây, cà chua, ngò tỏi và rau mùi tây. Đổ nước sốt lên một nửa, đảo nhẹ và làm lạnh trong 30 phút. Cắt khoai tây, đặt vào một cái bát cạn và trộn với nước sốt còn lại. Sự ớn lạnh.

d) Khi đã sẵn sàng để lắp ráp, xếp củ cải đường, cà chua và hành tây vào giữa một cái bát nông và xếp khoai tây thành vòng xung quanh chúng. Trang trí với ô liu.

73. Salad trứng cuộn

Nguyên liệu

- 1 quả trứng luộc lớn, bóc vỏ
- 1 muỗng cà phê bột cà ri
- 1 muỗng canh dầu dừa
- 1/8 muỗng cà phê muối biển
- 1/8 muỗng cà phê tiêu đen
- 2 lá mã đề Bỉ, rửa sạch và phơi khô

Hướng:

A) TRONG MỘT BỘ XỬ LÝ THỰC PHẨM NHỎ, TRỘN TẤT CẢ CÁC THÀNH PHẦN NGOẠI TRỪ NỘI TẠNG CHO ĐẾN KHI TRỘN ĐỀU.

B) MÚC 1 MUỖNG CANH HỖN HỢP SALAD TRỨNG VÀO MỖI CỐC CUỐI CÙNG.

C) PHỤC VỤ NGAY LẬP TỨC.

74. Salad khai vị tôm Nasturtium

Nguyên liệu

- 2 thìa cà phê nước cốt chanh tươi
- $\frac{1}{4}$ chén dầu Olive
- Muối và tiêu
- 1 chén Tôm nấu chín; băm nhỏ
- 2 muỗng canh Hành băm
- 1 quả cà chua nhỏ; hình khối
- 1 quả bơ; hình khối
- Lá rau diếp
- 2 muỗng canh lá nasturtium xắt nhỏ
- hoa sen cạn

Hướng:

a) Đánh đều nước cốt chanh và dầu. Nêm với muối và hạt tiêu. Thêm hành tây và tôm và trộn. Để yên 15 phút.

b) Thêm cà chua, bơ và lá nasturtium xắt nhỏ. Đặt trên lá rau diếp và bao quanh bằng hoa sen cạn tươi.

75. Salad khai vi zucchini

Nguyên liệu

- $\frac{1}{2}$ cốc nước cốt chanh tươi
- $\frac{1}{2}$ cốc Dầu ăn
- 1 lớn Tép tỏi
- Muối và hạt tiêu cho vừa ăn
- 2 nhúm Đường
- 8 quả bí xanh
- Lá rau diếp
- 2 phương tiện Kích thước cà chua
- $\frac{1}{2}$ quả ớt xanh băm nhỏ
- 3 muỗng canh hành lá thái nhỏ
- 1 muỗng canh bạch hoa
- 1 nhánh mùi tây
- 1 muỗng cà phê Húng quế
- $\frac{1}{2}$ thìa cà phê Rau kinh giới

Hướng:

a) D ressing: Kết hợp tất cả các thành phần và đặt sang một bên.

b) Salad: Luộc bí xanh nguyên quả chưa gọt vỏ trong nước muối khoảng 5 phút không đậy nắp. Đổ nước nóng đi và rửa ngay bằng nước lạnh để dừng quá trình nấu. Làm khô hạn. Cắt từng quả zucchini làm đôi theo chiều dọc.

c) Cẩn thận múc bột giấy ra . Đặt zucchini, cắt mặt trong một đĩa phẳng không bằng kim loại. Che với một nửa băng.

d) Đậy chặt bằng giấy bạc. đặt trong tủ lạnh để ướp ít nhất 4 giờ.

76. Món khai vị salad ớt

Nguyên liệu

77. 6 ớt ngọt lớn

78.1 củ hành vừa; băm nhỏ

79. Muối và hạt tiêu cho vừa ăn

80. 3 muỗng canh Giấm (nhiều hơn nếu muốn)

81.$\frac{1}{4}$ chén dầu Olive

82. Rau kinh giới

Hướng:

a) Nướng ớt trong lò nóng 450 F trong khoảng 20 phút hoặc cho đến khi héo và mềm. Loại bỏ hạt và vỏ bên ngoài.

b) Cắt thành miếng và đặt trong một cái bát. Thêm hành tây, muối và hạt tiêu. Trộn giấm và dầu ô liu và thêm vào ớt.

c) Rắc oregano. Điều chỉnh gia vị nếu cần thiết.

77. Bữa tiệc salad antipasto

Nguyên liệu

- 1 lon (16 oz.) tim atisô; ráo nước / giảm một nửa
- 1 pound cải bruxen đông lạnh
- $\frac{3}{4}$ pound Cà chua bi
- 1 lọ (5 3/4 oz.) ô liu xanh Tây Ban Nha; ráo nước
- 1 lọ (12 oz.) ớt pepperoncini; ráo nước
- 1 cân Nấm tươi; làm sạch
- 1 lon (16 oz.) lòng bàn tay; không bắt buộc
- 1 pound Pepperoni hoặc xúc xích Ý; hình khối
- 1 lọ (16 oz.) ô liu đen; ráo nước
- $\frac{1}{4}$ cốc giấm rượu vang đỏ
- $\frac{3}{4}$ cốc Dầu ô liu
- $\frac{1}{2}$ thìa cà phê Đường
- 1 muỗng cà phê mù tạt Dijon
- Muối; nếm thử
- Hạt tiêu mới xay; nếm thử

Hướng:

a) Kết hợp tất cả các thành phần trước khi thêm giấm.
b) Làm lạnh trong 24 giờ.

78. Salad tiệc hồng

Nguyên liệu

- 1 lon (Số 2) dứa nghiền
- 24 cái lớn kẹo dẻo
- 1 gói thạch dâu tây
- 1 cái ly kem tươi
- 2 tách sm. phô mai sữa đông
- $\frac{1}{2}$ cốc Quả hạch; băm nhỏ

Hướng:

a) Đun nóng nước dứa với kẹo dẻo và Jello. Mát mẻ.

b) Trộn kem, dứa, phô mai và các loại hạt. Thêm hỗn hợp đầu tiên và gấp vào.

c) Thư giãn qua đêm.

79. Salad bữa tiệc Cajun

Nguyên liệu

- Mì ống hình bánh xe 8 ounce
- 1 lon Tim atisô ướp (6 oz)
- 1 lon SPAM Luncheon Meat, cắt khối (12 oz)
- ⅓ cốc Dầu ô liu
- $\frac{1}{4}$ cốc Hỗn hợp gia vị Creole
- 1 muỗng canh Nước chanh
- 1 muỗng canh Mayonnaise hoặc sốt salad
- 1 muỗng canh Rượu vinegar trắng
- 1 cái ly ớt chuông thái hạt lựu
- $\frac{1}{2}$ cốc hành tím xắt nhỏ
- $\frac{1}{2}$ cốc ô liu chín cắt lát
- F resh húng quế và oregano khô
- $\frac{1}{2}$ thìa cà phê Mù tạt khô
- $\frac{1}{2}$ thìa cà phê Lá húng tây khô
- 1 tép tỏi, băm nhỏ

Hướng:

a) Atisô để ráo nước, để riêng nước xốt; cắt làm tư.

b) Trong bát lớn, kết hợp tất cả các thành phần salad. Trong máy xay sinh tố, kết hợp nước ướp atisô dành riêng với các nguyên liệu làm nước sốt còn lại.

c) Xử lý cho đến khi mịn. Thêm nước sốt vào món salad, đảo đều. Che và làm lạnh vài giờ hoặc qua đêm.

80. Cocktail teriyaki

Nguyên liệu

- $3\frac{1}{2}$ cân Anh Thịt bò nạc
- 1 cái ly Xì dầu
- 3 tép tỏi; băm nhuyễn
- 2 muỗng canh gừng tươi nạo
- 1 muỗng cà phê Giọng

Hướng:

a) Cắt thịt bò thành khối $\frac{1}{2}$ inch. Kết hợp nước tương, gừng, tỏi và Accent.

b) Để hỗn hợp hòa quyện trong 1 giờ. Thêm vào thịt bò và ướp qua đêm trong tủ lạnh trong túi nhựa hoặc hộp nhựa hoặc thủy tinh có nắp nông, thỉnh thoảng khuấy.

c) Xiên các viên thịt vào que tre nhỏ, mỗi que khoảng 4-5 viên. Làm cho khoảng 70 ly cocktail kabob.

d) Sắp xếp một cách chủ động trên khay bọc giấy bạc và để khách nướng riêng trên habachi hoặc vỉ nướng.

81. khoai tây chiên

Nguyên liệu

- 12 (1-ounce) lát prosciutto
- Dầu

Hướng:

A) LÀM NÓNG LÒ Ở 350°F.

B) LÓT MỘT TẤM NƯỚNG BÁNH BẰNG GIẤY DA VÀ XẾP CÁC LÁT PROSCIUTTO THÀNH MỘT LỚP. NƯỚNG 12 PHÚT HOẶC CHO ĐẾN KHI PROSCIUTTO GIÒN.

C) ĐỂ NGUỘI HOÀN TOÀN TRƯỚC KHI ĂN.

82. Chips củ cải

Nguyên liệu

- 10 củ cải đỏ vừa
- 1/2 chén dầu bơ
- 2 muỗng cà phê muối biển
- 1/2 muỗng cà phê tỏi băm nhỏ

Hướng:

A) LÀM NÓNG LÒ Ở 350°F. LÓT MỘT VÀI TẤM NƯỚNG BẰNG GIẤY DA VÀ ĐẶT SANG MỘT BÊN.

B) GỌT VỎ CỦ CẢI BẰNG MÁY THÁI RAU VÀ CẮT BỎ CÁC ĐẦU. CẨN THẬN CẮT CỦ CẢI ĐƯỜNG THÀNH NHỮNG MIẾNG TRÒN DÀY KHOẢNG 3 MM BẰNG MÁY THÁI MANDOLINE HOẶC DAO SẮC.

C) ĐẶT CỦ CẢI THÁI LÁT VÀO MỘT CÁI BÁT LỚN VÀ THÊM DẦU, MUỐI VÀ TỎI BĂM NHỎ. QUĂNG ĐỂ PHỦ TỪNG LÁT. ĐỂ RIÊNG 20 PHÚT, ĐỂ MUỐI HÚT BỚT ĐỘ ẨM DƯ THỪA.

D) XẢ CHẤT LỎNG DƯ THỪA VÀ XẾP CỦ CẢI THÁI LÁT THÀNH MỘT LỚP TRÊN KHAY NƯỚNG ĐÃ CHUẨN BỊ. NƯỚNG 45 PHÚT HOẶC CHO ĐẾN KHI GIÒN.

E) DI CHUYỂN RA KHỎI LÒ VÀ ĐỂ NGUỘI. BẢO QUẢN TRONG HỘP KÍN CHO ĐẾN KHI ĂN ĐƯỢC, TỐI ĐA 1 TUẦN.

83. chip lúa mach

Nguyên liệu

- 1 chén bột mì đa dụng
- $\frac{1}{2}$ chén bột lúa mạch
- $\frac{1}{2}$ chén lúa mạch cán (lúa mạch
- vảy)
- 2 muỗng canh Đường
- $\frac{1}{4}$ muỗng cà phê muối
- 8 muỗng canh (1 thanh) bơ hoặc
- Bơ thực vật, làm mềm
- $\frac{1}{2}$ cốc Sữa

Hướng:

a) Trong một bát lớn hoặc trong máy xay thực phẩm, khuấy đều bột mì, lúa mạch, đường và muối.

b) Cắt bơ cho đến khi hỗn hợp giống như bột thô. Thêm đủ sữa để tạo thành một khối bột kết dính với nhau thành một khối kết dính.

c) Chia bột thành 2 phần bằng nhau để cán mỏng. Trên một bề mặt có rắc bột mì hoặc vải bánh ngọt, lăn ra từ $\frac{1}{8}$ đến $\frac{1}{4}$ inch. Cắt thành hình tròn hoặc hình vuông 2 inch và đặt trên một tấm nướng có lót giấy da hoặc mỡ nhẹ. Dùng đầu nĩa chọc từng chiếc bánh quy vào 2 hoặc 3 chỗ.

d) Nướng trong 20 đến 25 phút, hoặc cho đến khi có màu nâu vừa. Làm mát trên giá dây.

84. Cheddar mexi-melt khoai tây chiên giòn

Nguyên liệu

- 1 chén phô mai Cheddar bào nhỏ
- 1/8 muỗng cà phê tỏi băm nhỏ
- 1/8 thìa cà phê ớt bột
- 1/8 muỗng cà phê thì là
- 1/16 muỗng cà phê ớt cayenne
- 1 muỗng canh rau mùi thái nhỏ
- 1 muỗng cà phê dầu ô liu

Hướng:

A) LÀM NÓNG LÒ Ở 350°F. CHUẨN BỊ MỘT TẤM BÁNH QUY BẰNG GIẤY DA HOẶC TẤM LÓT SILPAT.

B) TRỘN TẤT CẢ CÁC THÀNH PHẦN TRONG MỘT BÁT VỪA CHO ĐẾN KHI KẾT HỢP TỐT.

C) THẢ TỪNG PHẦN CÓ KÍCH THƯỚC BẰNG MUỖNG CANH LÊN TẤM BÁNH QUY ĐÃ CHUẨN BỊ.

D) NẤU 5-7 PHÚT CHO ĐẾN KHI CÁC CẠNH BẮT ĐẦU CHUYỂN SANG MÀU NÂU.

E) ĐỂ NGUỘI 2-3 PHÚT TRƯỚC KHI LẤY RA KHỎI TẤM COOKIE BẰNG THÌA.

85. khoai tây chiên

Nguyên liệu

- 24 lát pepperoni không đường
- Dầu

Hướng:

A) LÀM NÓNG LÒ Ở NHIỆT ĐỘ 425°F.

B) LÓT MỘT TẤM NƯỚNG BẰNG GIẤY DA VÀ XẾP CÁC LÁT PEPPERONI THÀNH MỘT LỚP.

C) NƯỚNG 10 PHÚT RỒI LẤY RA KHỎI LÒ VÀ DÙNG KHĂN GIẤY ĐỂ THẤM BỚT DẦU MỠ THỪA. QUAY TRỞ LẠI LÒ NƯỚNG THÊM 5 PHÚT NỮA HOẶC CHO ĐẾN KHI PEPPERONI GIÒN.

86. Angel khoai tây chiên giòn

Nguyên liệu

- $\frac{1}{2}$ cốc Đường
- $\frac{1}{2}$ cốc đường nâu
- 1 cái ly Sự làm ngắn lại
- 1 quả trứng
- 1 muỗng cà phê Vanilla
- 1 muỗng cà phê Kem cao răng
- 2 tách Bột mì
- $\frac{1}{2}$ thìa cà phê Muối
- 1 muỗng cà phê muối nở

Hướng:

a) Đường kem, đường nâu và shortening. Thêm vani và trứng. Trộn cho đến khi mịn. Thêm các thành phần khô; trộn.

b) Lăn từng thìa cà phê thành quả bóng. Nhúng vào nước rồi nhúng vào đường cát. Đặt trên khay nướng bánh quy, úp mặt đường lên trên, sau đó dùng ly ấn phẳng.

c) Nướng ở 350 độ trong 10 phút.

87. Sa tế da gà giòn

Nguyên liệu

- Da từ 3 đùi gà lớn
- 2 muỗng canh bơ đậu phộng chunky không thêm đường
- 1 muỗng canh nước cốt dừa không đường
- 1 muỗng cà phê dầu dừa
- 1 muỗng cà phê hạt tiêu jalapeño hạt và băm nhỏ
- 1/4 tép tỏi , băm nhỏ
- 1 muỗng cà phê amino dừa

Hướng:

A) LÀM NÓNG LÒ Ở 350°F. TRÊN MỘT TẤM BÁNH QUY CÓ LÓT GIẤY DA, TRẢI DA CÀNG PHẲNG CÀNG TỐT.

B) NƯỚNG 12-15 PHÚT CHO ĐẾN KHI DA CHUYỂN SANG MÀU NÂU NHẠT VÀ GIÒN, CẨN THẬN ĐỂ KHÔNG BỊ CHÁY.

C) LẤY VỎ RA KHỎI TẤM COOKIE VÀ ĐẶT LÊN KHĂN GIẤY ĐỂ NGUỘI.

D) TRONG MỘT BỘ XỬ LÝ THỰC PHẨM NHỎ, THÊM BƠ ĐẬU PHỘNG, KEM DỪA, DẦU DỪA, JALAPEÑO, TỎI VÀ AMINOS DỪA. TRỘN CHO ĐẾN KHI TRỘN ĐỀU, KHOẢNG 30 GIÂY.

E) CẮT MỖI MIẾNG DA GÀ GIÒN THÀNH 2 MIẾNG.

F) RƯỚI 1 THÌA NƯỚC SỐT ĐẬU PHỘNG LÊN TỪNG MIẾNG GÀ GIÒN VÀ DÙNG NGAY. NẾU NƯỚC SỐT QUÁ LỎNG, HÃY ĐỂ TỦ LẠNH 2 GIỜ TRƯỚC KHI SỬ DỤNG.

88. Da gà bơ

Nguyên liệu

- Da từ 3 đùi gà lớn
- 1/4 quả bơ vừa, bóc vỏ và rỗ
- 3 muỗng canh kem chua đầy đủ chất béo
- 1/2 hạt tiêu jalapeño vừa, bỏ hạt và thái nhỏ
- 1/2 muỗng cà phê muối biển

Hướng:

A) LÀM NÓNG LÒ Ở 350°F. TRÊN MỘT TẤM BÁNH QUY ĐƯỢC LÓT BẰNG GIẤY DA, TRẢI DA CÀNG PHẲNG CÀNG TỐT.

B) NƯỚNG 12-15 PHÚT CHO ĐẾN KHI DA CHUYỂN SANG MÀU NÂU NHẠT VÀ GIÒN, CẨN THẬN ĐỂ KHÔNG BỊ CHÁY.

C) LẤY VỎ RA KHỎI TẤM COOKIE VÀ ĐẶT LÊN KHĂN GIẤY ĐỂ NGUỘI.

D) TRONG MỘT BÁT NHỎ, KẾT HỢP BƠ, KEM CHUA, JALAPEÑO VÀ MUỐI.

E) TRỘN BẰNG NĨA CHO ĐẾN KHI ĐƯỢC TRỘN ĐỀU.

F) CẮT MỖI MIẾNG DA GÀ GIÒN THÀNH 2 MIẾNG.

G) CHO 1 THÌA HỖN HỢP BƠ LÊN MỖI MIẾNG GÀ GIÒN VÀ DÙNG NGAY.

89. Khoai tây chiên giòn Parmesan

Nguyên liệu

- 3/4 chén zucchini cắt nhỏ
- 1/4 chén cà rốt bào sợi
- 2 chén phô mai Parmesan mới cắt nhỏ
- 1 muỗng canh dầu ô liu
- 1/4 muỗng cà phê tiêu đen

Hướng:

A) LÀM NÓNG LÒ Ở NHIỆT ĐỘ 375°F. CHUẨN BỊ MỘT TẤM BÁNH QUY BẰNG GIẤY DA HOẶC TẤM LÓT SILPAT.

B) BỌC RAU ĐÃ CẮT NHỎ TRONG KHĂN GIẤY VÀ VẮT BỚT NƯỚC.

C) TRỘN TẤT CẢ CÁC THÀNH PHẦN TRONG MỘT BÁT VỪA CHO ĐẾN KHI KẾT HỢP HOÀN TOÀN.

D) ĐẶT NHỮNG MIẾNG BÁNH CÓ KÍCH THƯỚC BẰNG MUỖNG CANH LÊN TẤM BÁNH QUY ĐÃ CHUẨN BỊ.

E) NƯỚNG 7-10 PHÚT CHO ĐẾN KHI CÓ MÀU NÂU NHẠT.

F) ĐỂ NGUỘI 2-3 PHÚT VÀ LẤY RA KHỎI TẤM COOKIE.

90. Bánh bí đỏ dừa giòn

Nguyên liệu

- 2 muỗng canh dầu dừa
- 1/2 muỗng cà phê chiết xuất vani
- 1/2 muỗng cà phê gia vị bánh bí ngô
- 1 muỗng canh erythritol dạng hạt
- 2 cốc dừa bào không đường
- 1/8 muỗng cà phê muối

Hướng:

A) LÀM NÓNG LÒ Ở 350°F.

B) CHO DẦU DỪA VÀO MỘT CHIẾC BÁT VỪA AN TOÀN VỚI LÒ VI SÓNG VÀ CHO VÀO LÒ VI SÓNG CHO ĐẾN KHI TAN CHẢY, KHOẢNG 20 GIÂY. THÊM CHIẾT XUẤT VANI, GIA VỊ BÁNH BÍ NGÔ VÀ ERYTHRITOL DẠNG HẠT VÀO DẦU DỪA VÀ KHUẤY CHO ĐẾN KHI KẾT HỢP.

C) ĐẶT DỪA BÀO SỢI VÀO MỘT CÁI BÁT VỪA, ĐỔ HỖN HỢP DẦU DỪA LÊN TRÊN VÀ PHỦ ĐỀU. TRẢI MỘT LỚP DUY NHẤT TRÊN MỘT TẤM BÁNH QUY VÀ RẮC MUỐI.

D) NƯỚNG 5 PHÚT HOẶC CHO ĐẾN KHI DỪA GIÒN.

91. Da gà chiên giòn alfredo

Nguyên liệu

- Da từ 3 đùi gà lớn
- 2 muỗng canh phô mai ricotta
- 2 muỗng canh pho mát kem
- 1 muỗng canh phô mai Parmesan bào
- 1/4 tép tỏi , băm nhỏ
- 1/4 muỗng cà phê tiêu trắng xay

Hướng:

a) Làm nóng lò ở 350°F. Trên một tấm bánh quy có lót giấy da, trải da càng phẳng càng tốt.

b) Nướng 12-15 phút cho đến khi da chuyển sang màu nâu nhạt và giòn, cẩn thận để không bị cháy.

c) Lấy vỏ ra khỏi tấm cookie và đặt lên khăn giấy để nguội.

d) Trong một bát nhỏ, thêm pho mát, tỏi và hạt tiêu. Trộn bằng nĩa cho đến khi được trộn đều.

e) Cắt mỗi miếng da gà giòn thành 2 miếng.

f) Cho 1 muỗng canh hỗn hợp phô mai lên mỗi miếng gà giòn và dùng ngay.

92. Ngăn xếp táo và bơ đậu phộng

Thành phần

- 2 quả táo vừa
- 1/3 chén bơ đậu phộng chunky
- Nhân tùy chọn: granola, chip sô cô la bán ngọt thu nhỏ

Hướng

a) lõi táo. Cắt ngang từng quả táo thành sáu lát. Phết bơ đậu phộng lên sáu lát; rắc nhân tùy thích.
b) Trên cùng với những lát táo còn lại.

93. Cà chua xanh rán

Thành phần

- 1/4 chén sốt mayonnaise không béo
- 1/4 muỗng cà phê vỏ chanh nạo
- 2 muỗng canh nước cốt chanh
- 1 muỗng cà phê húng tây tươi băm nhỏ hoặc 1/4 muỗng cà phê húng tây khô
- 1/2 muỗng cà phê tiêu, chia
- 1/4 chén bột mì đa dụng
- 2 lòng trắng trứng lớn, đánh nhẹ
- 3/4 chén bột ngô
- 1/4 muỗng cà phê muối
- 2 quả cà chua xanh vừa
- 2 quả cà chua đỏ vừa
- 2 muỗng canh dầu hạt cải
- 8 lát thịt xông khói Canada

Hướng

a) Trộn 4 nguyên liệu đầu tiên và 1/4 muỗng cà phê tiêu; làm lạnh cho đến khi phục vụ. Đặt bột vào một cái bát nông; đặt lòng trắng trứng trong một cái bát nông riêng biệt. Trong bát thứ ba, trộn bột ngô, muối và hạt tiêu còn lại.

b) Cắt ngang từng quả cà chua thành 4 lát. Lăn 1 lát qua bột mì để áo nhẹ; rũ bỏ dư thừa. Nhúng vào lòng trắng trứng, sau đó nhúng vào hỗn hợp bột ngô. Lặp lại với những lát cà chua còn lại.

c) Trong một chảo chống dính lớn, đun nóng dầu trên lửa vừa. Nấu từng mẻ cà chua cho đến khi có màu vàng nâu, 4-5 phút mỗi mặt.

d) Trong cùng một chảo, thịt xông khói Canada có màu nâu nhạt ở cả hai mặt. Đối với mỗi loại, xếp 1 lát cà chua xanh, thịt xông khói và cà chua đỏ. Ăn kèm với nước sốt.

94. BLT không bánh mì

năng suất: 1 PHỤC VỤ

Thành phần

- 6 lát thịt xông khói, cắt làm đôi theo chiều ngang
- Lá rau diếp
- cà chua tươi, thái lát

Hướng

a) Đặt ba lát cạnh nhau thành một hàng dọc trên khay nướng có lót một tấm silicon.
b) Lật mặt trên của hai lát bên ngoài xuống, sau đó đặt một lát thịt xông khói theo chiều ngang của chúng.
c) Lật miếng thịt xông khói trở lại, sau đó lật miếng ở giữa lên và đặt một miếng nằm ngang khác vào giữa. Sau đó, thêm lát ngang cuối cùng ở dưới cùng bằng cách lật hai lát bên ngoài lên.
d) Lặp lại để tạo thành một kiểu dệt thịt xông khói khác (bạn sẽ cần hai cái cho mỗi BLT).
e) Đặt một khay chống dính úp ngược lên trên miếng thịt xông khói và nấu trên vỉ nướng đã được làm nóng trước cho đến khi miếng thịt xông khói bắt đầu giòn. Tháo giá đỡ và lật thịt xông khói. Quay trở lại gà thịt nếu cần thiết.
f) Chuyển các miếng thịt xông khói đã dệt lên giấy ăn để hút mỡ thừa.
g) Thêm cà chua thái lát và rau diếp romaine giòn vào một lần dệt thịt xông khói, sau đó phủ lần dệt thứ hai lên trên.

95. Bánh Sandwich Táo, Thịt nguội và Phô mai

Khẩu phần: 2

Thành phần

- quả táo
- những lát thịt xông khói
- Colby Jack Lát
- Mù tạt nâu, phong cách Dijon hoặc gia vị tùy chọn

Hướng

a) Cắt táo thành vòng.
b) Thêm lát thịt nguội. Trên cùng với lát phô mai.
c) Phết mù tạt lên vòng trên cùng của bánh sandwich và đặt lên trên (mặt gia vị úp xuống).

96. Burger khoai lang

Thành phần

- 1 củ khoai lang lớn
- 2 muỗng cà phê dầu ô liu
- Muối và tiêu

Hướng

a) Gọt vỏ và cắt khoai lang thành hình bánh burger.
b) Bạn cần 2 lát vừa cho mỗi chiếc bánh mì kẹp thịt mà bạn đang làm. Bạn có thể nấu tối đa 16 lát cùng một lúc trong nồi chiên không dầu trước khi nồi chiên không dầu trở nên quá tải.
c) Dùng tay xoa dầu ô liu lên chúng.
d) Nêm với muối và hạt tiêu.
e) Nấu trong 10 phút ở 180c/360f trong nồi chiên không dầu.
f) Đặt bánh mì kẹp thịt Địa Trung Hải của bạn vào giữa hai lát bánh mì kẹp thịt khoai lang và phục vụ.

97. Dưa leo

PHỤC VỤ 2

Thành phần

- 2 quả dưa chuột
- thịt nguội - gà tây, giăm bông, hoặc các loại thịt nguội khác cắt lát hoặc cạo
- thịt xông khói (tùy chọn)
- hành lá (tùy chọn)
- cà chua (tùy chọn)
- bất kỳ chất độn bánh sandwich nào (tùy chọn)
- phô mai con bò cười hoặc mayo hoặc phô mai kem hoặc bất kỳ loại gia vị nào khác

Hướng

a) Cắt dưa chuột theo chiều dọc, từ đầu này đến đầu kia. Múc phần bên trong của quả dưa chuột để nhường chỗ cho nhân bánh sandwich của bạn. Cho thịt, rau và các loại bánh sandwich khác vào bên trong quả dưa chuột.

b) Đặt một nửa quả dưa chuột lên nửa còn lại. Thưởng thức!!

98. Sandwich Ý không bánh mì

Năng suất: 4 bánh mì

Thành phần

- 8 nấm Portobello lớn, rửa sạch
- 2 muỗng canh dầu ô liu siêu nguyên chất
- Muối kosher
- 1 muỗng canh giấm rượu vang đỏ
- 1 muỗng canh pepperoncini thái nhỏ với hạt
- 1/2 muỗng cà phê oregano khô
- Hạt tiêu vừa mới nghiền
- 2 ounce provolone cắt lát (khoảng 4 lát)
- 2 ounces giăm bông ít natri thái lát mỏng (khoảng 4 lát)
- 1 ounce xúc xích Genoa thái lát mỏng (khoảng 4 lát)
- 1 quả cà chua nhỏ, cắt thành 4 lát
- 1/2 chén rau diếp thái nhỏ
- 4 quả ô liu nhồi pimento

Hướng

a) Đặt giá đỡ lò ở một phần ba trên cùng của lò và làm nóng trước lò nướng thịt.

b) Loại bỏ thân cây nấm và loại bỏ. Đặt mũ nấm úp mặt vào và dùng dao sắc loại bỏ hoàn toàn mang (để mũ nằm phẳng). Xếp các mũ nấm lên khay nướng, phết 1 thìa dầu ăn lên khắp mặt và rắc 1/4 thìa muối. Nướng cho đến khi nắp mềm, lật nửa chừng, 4 đến 5 phút mỗi bên. Để nguội hoàn toàn.

c) Đánh đều giấm, hạt tiêu, lá oregano, 1 muỗng canh dầu còn lại và một ít hạt tiêu đen xay trong một cái bát nhỏ.

d) Lắp ráp bánh mì: Sắp xếp một mũ nấm, cắt cạnh, trên một bề mặt làm việc. Gấp 1 miếng provolone để vừa với nắp và lặp lại với 1 lát giăm bông và xúc xích Ý.

e) Trên cùng với 1 lát cà chua và khoảng 2 muỗng canh rau diếp. Mưa phùn với một ít dầu dấm pepperoncini. Sandwich với một chiếc mũ nấm khác và cố định bằng tăm xâu ô liu. Lặp lại với các thành phần còn lại để làm thêm 3 chiếc bánh mì.
f) Bọc từng nửa chiếc bánh sandwich trong giấy sáp (điều này sẽ giúp hứng hết nước) và phục vụ.

99. Thanh trượt Mac và pho mát

Khẩu phần: 12

Thành phần:

- 1 chén mì ống Macaroni
- 1 muỗng canh bơ
- Hương vị hạt tiêu
- 1 $\frac{1}{2}$ muỗng cà phê bột mì đa dụng
- $\frac{1}{2}$ cốc sữa
- $\frac{3}{4}$ chén phô mai cheddar, cắt nhỏ
- 18 oz. cuộn ngọt Hawaii
- 16 oz. thịt lợn nướng xé nhỏ, nấu chín
- 1 thìa mật ong
- $\frac{1}{2}$ muỗng cà phê mù tạt xay
- 2 muỗng canh bơ, tan chảy

Hướng

a) Làm nóng lò nướng của bạn ở nhiệt độ 375 độ F.
b) Nấu mì ống theo hướng dẫn trong gói.
c) Xả và đặt sang một bên.
d) Thêm bơ vào chảo trên lửa vừa.
e) Khuấy trong hạt tiêu và bột mì.
f) Khuấy cho đến khi mịn.
g) Đun sôi, khuấy đều.
h) Nấu trong 3 đến 5 phút.
i) Thêm phô mai và nấu trong khi khuấy cho đến khi tan chảy.
j) Thêm mì ống nấu chín vào chảo.
k) Sắp xếp các đáy cuộn trong chảo nướng.
l) Phủ hỗn hợp pho mát và mì ống lên trên, thịt lợn băm nhỏ và bánh cuộn.

m) Trong một bát nhỏ, trộn mật ong, mù tạt và bơ.
n) Chải ngọn với hỗn hợp này.
o) Nướng trong lò trong 10 phút.

100. Thổ Nhĩ Kỳ Slides với khoai lang

Làm cho 10 phần ăn

Thành phần

- 4 dải thịt xông khói Applewood, thái nhỏ
- 1 pound gà tây xay
- 1/2 chén vụn panko
- 2 quả trứng lớn
- 1/2 chén phô mai Parmesan bào
- 4 muỗng canh rau mùi tươi xắt nhỏ
- 1 muỗng cà phê húng quế khô
- 1/2 muỗng cà phê thì là
- 1 muỗng canh nước tương
- 2 củ khoai lang lớn
- Phô mai Colby-Monterey Jack bào nhỏ

Hướng

a) Trong một cái chảo lớn, nấu thịt xông khói trên lửa vừa cho đến khi giòn; ráo nước trên khăn giấy. Loại bỏ tất cả trừ 2 muỗng canh nhỏ giọt. Đặt chảo sang một bên. Kết hợp thịt xông khói với 8 thành phần tiếp theo cho đến khi trộn đều; đậy nắp và làm lạnh ít nhất 30 phút.

b) Làm nóng lò ở 425°. Cắt khoai lang thành 20 lát dày khoảng 1/2 in. Đặt các lát lên một tấm nướng không mỡ; nướng cho đến khi khoai lang mềm nhưng không bị nhão, 30-35 phút. Bỏ lát; nguội trên giá dây.

c) Đun nóng chảo với nước nhỏ giọt dành riêng trên lửa vừa và cao. Định hình hỗn hợp gà tây thành miếng có kích thước thanh trượt. Nấu các thanh trượt theo mẻ, 3-4 phút mỗi bên, chú ý không để chảo quá đông. Thêm một nhúm pho mát cheddar vụn sau khi lật từng thanh trượt lần đầu tiên. Nấu cho đến khi nhiệt kế chỉ 165° và nước ép chảy ra.

d) Để phục vụ, đặt từng thanh trượt trên một lát khoai lang; chấm với mù tạt Dijon mật ong. Che với một lát khoai lang thứ hai. Xỏ bằng tăm.

PHẦN KẾT LUẬN

Tailgating là một cơ hội tuyệt vời để thưởng thức đồ ăn và thức uống ngon trong khi dành thời gian với những người thân yêu trước một sự kiện thể thao. Cho dù bạn đang nướng bánh mì kẹp thịt và xúc xích hay phục vụ đồ chấm mặn và đồ ăn nhẹ, các công thức nấu ăn phù hợp chắc chắn sẽ đáp ứng mọi khẩu vị. Vì vậy, hãy đốt lò nướng, mời bạn bè và gia đình của bạn, và sẵn sàng cho một ngày thể thao tràn đầy niềm vui và những món ăn tuyệt vời. Với những công thức pha chế dễ làm này, chắc chắn bạn sẽ có một ngày chơi game chiến thắng.

www.ingramcontent.com/pod-product-compliance
Lightning Source LLC
LaVergne TN
LVHW010021081026
849535LV00016B/2240
* 9 7 8 1 8 3 5 0 0 5 4 5 3 *